மதில்கள்

மதில்கள்
வைக்கம் முகம்மது பஷீர் (1908 – 1994)

1908 ஜனவரி 19ஆம் தேதி கேரளா வைக்கம் தாலுகாவில் தலயோலப் பரம்பில் பிறந்தார். பத்தாம் வகுப்புப் படிக்கும்போது வீட்டைவிட்டு ஓடி, இந்திய தேசிய காங்கிரசில் சேர்ந்து உப்பு சத்தியாக்கிரகத்தில் கலந்துகொண்டார். சுதந்திரப் போராட்ட வீரராகச் சென்னை, கோழிக்கோடு, கோட்டயம், கொல்லம், திருவனந்தபுரம் சிறைகளில் தண்டனை அனுபவித்தார். பகத்சிங் பாணியிலான தீவிரவாத அமைப்பொன்றை உருவாக்கிச் செயல்பட்டார். அமைப்பின் கொள்கை இதழாக *உஜ்ஜீவனம்* எனும் வார இதழையும் துவக்கினார்.

பத்தாண்டுகள் பாரதமெங்கும் தேசாந்திரியாகத் திரிந்தார். பிறகு, ஆப்பிரிக்காவிலும் அரேபியாவிலும் சுற்றினார். இக்காலகட்டத்தில் பஷீர் செய்யாத வேலைகளே இல்லை. ஐந்தாறு வருடங்கள் இமயமலைச் சரிவுகளிலும் கங்கையாற்றின் கரைகளிலும் இந்துத் துறவியாகவும் இஸ்லாமிய சூஃபியாகவும் வாழ்ந்தார்.

சுதந்திரப் போராட்ட வீரர்களுக்கான மத்திய மாநில அரசுகளின் ஓய்வூதியம், ஃபெல்லோஷிப், இந்திய அரசின் பத்மஸ்ரீ விருது, கோழிக்கோடு பல்கலைக்கழகத்தின் டி.லிட்., சம்ஸ்கார தீபம் விருது, பிரேம் நசீர் விருது, லலிதாம்பிகா அந்தர்ஜனம் விருது, முட்டத்து வர்க்கி விருது, வள்ளத்தோள் விருது, ஜித்தா அரங்கு விருது போன்ற பல்வேறு விருதுகள் பெற்றவர்.

1994 ஜூலை 5ஆம் தேதி காலமானார்.

மனைவி: ஃபாபி பஷீர், **மக்கள்**: ஷாஹினா, அனீஸ் பஷீர்.

சுகுமாரன் (பி.1957)

கோவையில் பிறந்தவர். அச்சிதழ், தொலைக்காட்சி, நூல் வெளியீட்டுத் துறைகளில் பணியாற்றியவர். கவிஞர், கட்டுரையாளர், நாவலாசிரியர், மொழிபெயர்ப்பாளர். *காலச்சுவடு* இதழின் பொறுப்பாசிரியர். கனடா தமிழ் இலக்கியத் தோட்டம், கோவை கொடீசியா அமைப்பு ஆகியவற்றின் வாழ்நாள் சாதனையாளருக்கான இயல் விருது, புத்தகத் திருவிழா விருதுகளை 2016, 2023ஆம் ஆண்டுகளில் பெற்றார்.

தொடர்புக்கு: nsukumaran@gmail.com

வைக்கம் முகம்மது பஷீர்

மதில்கள்

தமிழில்
சுகுமாரன்

காலச்சுவடு பதிப்பகம்

● அன்பார்ந்த வாசகருக்கு,

வணக்கம்.

காலச்சுவடு நூலை வாங்கியமைக்கு நன்றி.

நூலின் உள்ளடக்கம், உருவாக்கம், அட்டைப்படம் இன்ன பிற அம்சங்கள் பற்றிய உங்கள் கருத்துகளையும் ஆலோசனைகளையும் காலச்சுவடு வரவேற்கிறது. தகவல், எழுத்து, வாக்கியப் பிழைகள் தென்பட்டால் அவசியம் தெரிவித்து உதவுங்கள். நூல் தயாரிப்பில் கடும் குறைபாடு இருப்பின் மாற்றுப் பிரதி உங்களுக்குக் கிடைக்கக் காலச்சுவடு ஏற்பாடு செய்யும்.

மின்னஞ்சல்: publisher@kalachuvadu.com

காலச்சுவடு நாகர்கோவில் அலுவலகத்திற்குக் கடிதம் அனுப்பலாம்.

தங்கள்

எஸ்.ஆர். சுந்தரம் (கண்ணன்)

பதிப்பாளர் — நிர்வாக இயக்குநர்

மதில்கள் ♦ நாவல் ♦ ஆசிரியர்: வைக்கம் முகம்மது பஷீர் ♦ மலையாளத்தி லிருந்து தமிழில்: சுகுமாரன் ♦ © ஷாஹினா, அனீஸ் பஷீர் ♦ முதல் பதிப்பு: டிசம்பர் 2008, பதினாறாம் பதிப்பு: பிப்ரவரி 2025 ♦ வெளியீடு: காலச்சுவடு பப்ளிகேஷன்ஸ் (பி) லிட்., 669, கே. பி. சாலை, நாகர்கோவில் 629001 ♦ கோட்டோவியங்கள்: மார்த்தாண்டம் ராஜசேகரன்

matilkaL ♦ Novel ♦ Author: Vaikom Muhammad Basheer ♦ Translated from Malayalam by: Sukumaran ♦ © Shahina, Anees Basheer ♦ Language: Tamil ♦ First Edition: December 2008, Sixteenth Edition: February 2025 ♦ Size: Demy 1 x 8 ♦ Paper: 18.6 kg maplitho ♦ Pages: 72

Published by Kalachuvadu Publications Pvt. Ltd., 669 K.P. Road, Nagercoil 629001, India ♦ Phone: 91-4652-278525 ♦ e-mail: publications @kalachuvadu.com ♦ Line Drawings: Marthandam Rajasekharan ♦ Printed at Mani Offset, Chennai 600077

ISBN: 978-81-89945-56-5

02/2025/S.No. 286, kcp 5622, 18.6 (16) 9ss

பொருளடக்கம்

பஷீருக்குச் செய்யும் நூற்றாண்டு அஞ்சலி	9
மதில்கள்	13

பின்னிணைப்புகள்

1. மதில்களின் பணிமனை   53
2. வாக்கும் நோக்கும்   65

பஷீருக்குச் செய்யும் நூற்றாண்டு அஞ்சலி

மலையாள நவீன இலக்கியத்தில் மிக அதிகம் சிலாகிக்கப்பட்டவரும் மிக அதிகம் விமர்சிக்கப்பட்ட வரும் வைக்கம் முகம்மது பஷீராக இருக்கக்கூடும். இந்த இரண்டு நிலைகளையும் கடந்து இன்று அவர் இலக்கியப் படிமமாகக் கொண்டாடப்படுகிறார். இது அவருடைய நூற்றாண்டும்கூட.

பஷீரின் தனி அடையாளம் தன்னுடைய வாழ்க்கை யையே இலக்கியத்துக்கான மூலப்பொருளாகவும் படைப்பாகவும் கருதிச் செயல்பட்டார் என்பதுதான். தனக்குச் சொந்த மல்லாத ஓர் அனுபவத்தையோ ஒரு வரியையோ அவர் எழுதவில்லை. இலக்கியத்தின் இந்த எளிய அடிப் படை தான் பஷீரை இவ்வளவு காலத்துக்குப் பின்னரும் வாசக அங்கீகாரமுள்ள எழுத்தாளராக நிலைநிறுத்துகிறது என்று கருதுகிறேன். பஷீர் மறைந்து ஏறத்தாழப் பதினைந்து ஆண்டுகளாகின்றன. இன்றும் அதிக விற்பனையுள்ள எழுத்தாளர்களில் ஒருவராகவே பஷீர் இருக்கிறார். இலக்கியப் பரிச்சயமுள்ளவராகக் கூறப்படும் எந்த வாசகரின் பட்டியலிலும் தவிர்க்கவியலாத பெயராக இருக்கிறார். இதன் பொருள் அவர் தொடர்ந்து வாசிக்கப்படுகிறார் என்பதுதான்.

‘நானே பூங்காவனமும் பூவும்’ என்று ‘மதில்கள்’ நாவலில் மையப்பாத்திரத்தின் கூற்றாக ஒரு வாக்கியம் இடம் பெறுகிறது. பஷீரின் படைப்புலகின் அடித்தளம் இதுதான்.

அவர் எழுதியது சொந்த வாழ்க்கையின் அனுபவங் களைத்தான். அது காலத்தின் கதையாகவும் பிற மனிதர் களின் வாழ்க்கையாகவும் மாறுவது பஷீரின் படைப்பாக்க

நுட்பத்தால். அதனாலேயே பஷீர் பெரும்பான்மையான புனை கதைகளை வரலாறு என்றும் தன்னை வரலாற்றாளன் என்றும் குறிப்பிட்டுக்கொள்கிறார். புனைவுகளில் இடம்பெறும் பெயர் களும் நிகழ்ச்சிகளும் அதை நிறுவவும் செய்கின்றன. காந்தியும் டி. பிரகாசமும் மொய்து மௌலவியும் சாதாரணர்களான திருடர் களுடனும் வேசிகளுடனும் கொலைக் குற்றவாளிகளுடனும் நடமாடுகிற புனைவுத்தளம் இந்தப் பரந்த பார்வையால்தான் சாத்தியமாகிறது. மலையாளப் புனைகதையில் பஷீரின் பங்களிப்பு என்று இந்த வரலாற்றுவயப்படுத்தலைச் சொல்லலாம். பஷீரின் புனைவுலகில் காந்தியும் ஒற்றைக்கண்ணன் போக்கரும் சம அந்தஸ்துள்ளவர்கள். இருவரும் கதைப் பாத்திரங்கள். அல்லது இருவரும் வரலாற்று நாயகர்கள். தொடக்க கால எழுத்துக்களில் மங்கலாகத் தென்படும் இந்தப் பார்வை பஷீரின் பிற்கால எழுத்துக்களில் துலக்கமடைகிறது. 'பகவத் கீதையும் பல முலைகளும்' என்ற கதையில் வலுவான எந்தக் கதைப்போக்கும் கிடையாது. அவருக்கு நேர்ந்த ஓர் அனுபவத்தைப் பற்றிய சித்தரிப்பு மட்டுமே. ஆனால் சங்ஙம்புழ கிருஷ்ணபிள்ளை, ஜோசப் முண்டசேரி போன்ற பிரமுகர்கள் அதில் இடம் பெற்று வெறும் அனுபவத்தை வரலாற்றின் பக்கமாக மாற்றிவிடுகிறார்கள். 'மேத்தனுக்கு எதற்கு பகவத்கீதை' என்று எழுப்பப்படும் கேள்வி அந்த அனுபவத்தை வேறொரு அர்த்தத்தை நோக்கி உந்தி விடுகிறது.

இப்படியான பஷீரிய 'வரலாறுகள்' இரண்டை ஒப்பிட்டுப் பார்க்கத் தோன்றுகிறது. இரண்டும் அவரது சொந்த அனுபவங்கள். சுதந்திரப் போராட்டத்தில் ஈடுபட்டுச் சிறையில் அடைக்கப்பட்ட சம்பவங்கள்தாம் 'அம்மா' என்ற சிறுகதையிலும் 'மதில்கள்' நாவலிலும். ஆனால் இரண்டும் வெவ்வெறு காலப்பகுதிகளில் எழுதப்பட்டவை. சிறுகதை 1937இலும் நாவல் 1965இலும் வெளி யாயின. இரு வேறு மனநிலைகளில் எழுதப்பட்டவை. சிறுகதை யில் கொடூரமானதாகச் சித்தரிக்கப்படும் சிறை வாழ்க்கை நாவலில் 'குஷாலா'னதாகச் சித்தரிக்கப்படுகிறது. காலம் பஷீரில் ஏற்படுத்திய பக்குவம் காரணமாக இருக்கலாம். முன்னதில் சிறை ஒரு நரகம். 'சிமெண்டாலான சின்ன அறை அது. இரும்பு கேட்டின் மேல்பகுதியில் ஒரு பல்பு எரிந்துகொண்டிருந்தது. லாக்கப் அறையின் மூலையில் பயங்கரமான துர்நாற்றத்துடன் ஒரு மூத்திரப் பானை வைக்கப்பட்டிருந்தது. அன்று இரவு முழுவதும் எங்களுக்கு உணவு கிடைக்கவில்லை. படுப்பதற்குப் பாய் கிடையாது. மறுநாள் காலையில் எழுந்தபோது எங்கள் எல்லாருடைய முகங்களும் நீர்கோர்த்து வீங்கிப்போயிருந்தது.' இதே சிறை அனுபவம் 'மதில்க'ளிலும் சித்தரிக்கப்படுகிறது. முன்னதற்கு மாறாக இந்தச் சித்திரம் பிரகாசமானது. இதில் சிறை வன்முறைக் கொட்டடியல்ல;

சிறைக்காவலர்களும் சக கைதிகளும் கொடூரர்களல்லர்; தோழர்கள். இந்த அனுபவக் கனிவுதான் 'மதில்க'ளை இன்னொரு தளத்தில் புரிந்துகொள்ள இடமளிக்கிறது.

இரண்டு புனைவுகளிலும் சிறைவாழ்க்கையில் பஷீர் எதிர் கொள்ளும் பிரச்சனை சுதந்திரம் சார்ந்தது. சிறையிலிருந்து வெளியேறும் மனநிலைதான் இரண்டிலும் மையமாக உள்ளது. 'அம்மா' கதையில் சிறையிலிருந்து வெளியேறத் தூண்டுவது அவலங்கள். அதே அவலங்கள் 'மதில்க'ளிலும் இருப்பினும் பஷீர் அவற்றைப் பொருட்படுத்துவதில்லை. மாறாக இந்தச் சின்னச் சிறையிலிருந்து வெளியேறினால் உலகப் பெரும் சிறையில் அகப்பட வேண்டியிருக்கும் என்ற உணர்வுதான் அவருக்கு இருக்கிறது. மதில்களால் சூழப்பட்ட சிறையிலிருந்து வெளியேறச் செய்யும் முயற்சிகளைப் பெண்ணின் வாசனைதான் தடை செய்கிறது. பெண்கள் சிறையில் அடைக்கப்பட்டிருக்கும் நாராயணியின் காதல் சிறையையே பூங்காவனமாக மாற்றிவிடுகிறது. சக ஜீவிகளுடனான உறவில் இதத்தைக் கூட்டுகிறது. சிறை அதிகாரிகளையும் கைதிகளையும் அணில்களையும் ரோஜாப் பூக்களையும் சமநிலையில் பார்க்கிற ஆன்மீக நோக்கைத் தருகிறது. நாராயணிக்கும் பஷீருக்கும் இடையில் உருவாகும் காதல் பரஸ்பர வேட்கை சார்ந்தது. அதேசமயம் வேட்கையைக் கடந்தது. இரண்டு பாலினங்களுக்கிடையிலான இயற்கையான விழைவு என்பதை நிறுவவும் பஷீர் முற்படுகிறார். அநாதி காலமாகத் தொடரும் இந்த விழைவைச் சித்தரிக்கும் வகையில் நாவலில் பஷீர் உருவாக்கும் தனிமை இரவின் காட்சி இதற்கு எடுத்துக்காட்டு.

பொருள் நிரம்பியது என்று கருதப்பட்ட இலட்சியங்களும் நோக்கங்களும்கூடப் பொருளற்றவையாக மாறும் மானுடச் சூழலைப் பற்றியும் பஷீர் கவனம் கொண்டிருந்திருக்கிறார். 'மதில்கள்' நாவலில் வரும் வாசகம் அதற்கு உதாரணம். தனிமைச் சிறையில் தவிக்கும் பஷீருக்கு நாராயணியின் குரல் நெருக்கம் சிறை வாழ்க்கையில் ஆறுதல் தருகிறது. அவளை நேரில் சந்திக்க வாய்ப்புக் கிடைக்கவிருக்கும் தருணத்தில் விடுதலை செய்யப் படுகிறார். "யூ கேன் கோ மிஸ்டர் பஷீர், யூ ஆர் ஃப்ரீ" என்று அனுப்பப்படுகிறார். "ஒய் ஷுட் ஐ பி ஃப்ரீ. ஹூ வாண்ட்ஸ் ஃப்ரீடம்?" ஜெயிலர் சிரித்தார். பிறகு சொன்னார். "உங்களை விடுதலை செய்யும்படி உத்தரவு வந்திருக்கிறது. இந்த நிமிடம் முதல் நீங்கள் சுதந்திரமானவர். சுதந்திரமான உலகத்துக்கு நீங்கள் போகலாம்." சுதந்திரமானவன் . . . சுதந்திர உலகம் . . . எது சுதந்திர உலகம் . . . பெரும் சிறைக்கல்லவா போக வேண்டும். யாருக்கு வேண்டும் இந்தச் சுதந்திரம்? நாவலுக்குள் எழுப்பப் படும் இந்தக் கேள்விதான் 'மதில்க'ளைப் பொருட்படுத்தக்

கூடிய படைப்பாக ஆக்குகிறது என்று எண்ணுகிறேன். நிரந்தர மான கேள்விகளுக்கு அனுபவங்கள் சார்ந்து பதிலைத் தேடுவதும் கலையின் நோக்கங்களில் ஒன்று என்பதை ஒவ்வொரு வாசிப்பிலும் 'மதில்கள்' எனக்கு உணர்த்தியிருக்கிறது. அதைத் தொடர்ந்து செய்தவர் பஷீர் என்றும் கருதுகிறேன்.

வைக்கம் முகம்மது பஷீரின் 'மதில்கள்' நாவலுக்குத் தமிழில் ஏற்கனவே இரண்டு மொழிபெயர்ப்புகள் உள்ளன. சுரா என்பவர் தமிழாக்கம் செய்து புதுமைப்பித்தன் பதிப்பகம், சென்னை வெளியிட்ட ஒன்று. நீல. பத்மநாபன் மொழியாக்கம் செய்து 'தற்கால மலையாள இலக்கியம்' என்ற நர்மதா பதிப்பகம், சென்னை வெளியீட்டிலும் பின்னர் 'மதிலுகள்' என்ற பெயரில் வெளியான நவீன மலையாள இலக்கியத் தொகுப்பிலும் இடம் பெற்றுள்ள இன்னொன்று. இவை இரண்டும் வாசகனுக்குக் கிடைக்கக் கூடியவையாக இருக்க, மூன்றாவது ஒரு மொழிபெயர்ப் பின் தேவை என்ன? பதில் எளிமையானது. தீவிர வாசகனான ஓர் இலக்கிய ஆர்வலன் பஷீருக்குச் செய்யும் நூற்றாண்டு அஞ்சலி. வாசிக்கத் தொடங்கிய நாள்முதல் இன்றுவரை மனதுக்கு நெருக்கமான எழுத்தாளராக இருந்து வருபவர் பஷீர். என்னுடைய வாசகக் குதூகலத்தைப் பகிர்ந்துகொள்வதற்கான அடையாளமே இந்தப் புதிய மொழிபெயர்ப்பு.

காலச்சுவடு பதிப்பகம் பஷீரின் படைப்புகளைத் தமிழாக்கம் செய்து வெளியிடும் திட்டத்தை முன்வைத்தபோதே அவற்றை மொழிபெயர்க்கத் தொடங்கிய நண்பர் குளச்சல் மு. யூசுப்பிடம் 'மதில்க'ளை மொழிபெயர்க்க விரும்புவதாகத் தெரிவித்தேன். பெருந்தன்மையுடன் விட்டுக்கொடுத்தார் அவர். இந்த மொழி யாக்கத்தை மெய்ப்புப் பார்த்தும் திருத்தியும் செம்மைப்படுத்தியவர் நண்பர் ராஜமார்த்தாண்டன். பஷீரின் படைப்புகள் தொகுதியில் சேர்க்கும் யோசனையில் மேற்கொண்ட மொழியாக்கத்தைத் தனி நூலாக வெளியிட முன்வந்தவர் நண்பர் கண்ணன். 'மதில்கள்' நாவல் உருவான பின்னணியைக் குறித்துக் கவிஞர் பழவிள ரமேசன் எழுதியுள்ளார். நாவல் திரைப்படமாக உருவான பின்னணியை இயக்குநர் அடூர் கோபாலகிருஷ்ணன் எழுதி யிருக்கிறார். இவ்விரு கட்டுரைகளும் நூலில் பின்னிணைப்பாகச் சேர்க்கப்பட்டுள்ளன. அதற்கு இருவரும் அனுமதி வழங்கினர். இந்த மொழிபெயர்ப்பு நூல் வடிவம் பெற உதவியவர்கள் 'காலச்சுவடு' பதிப்பக நண்பர்கள். ஓவியங்கள் வரைந்தவர் மார்த் தாண்டம் ராஜசேகரன். இவர்கள் அனைவருக்கும் மனப்பூர்வமான நன்றிகள்.

திருவனந்தபுரம்
17 நவம்பர் 2008

சுகுமாரன்

❖

மதில்கள்

மதில்கள் என்ற பெயரில் ஒரு சிறிய காதல் கதையை நீங்கள் யாராவது கேள்விப்பட்டிருக்கிறீர்களா? முன்பு சொன்னதாகவும் நினைவில்லை. 'ஸ்திரீயின் வாசனை' அல்லது 'பெண்ணின் மணம்' என்று ஏதாவது பெயர் வைக்கலாம் என்று யோசித்திருந்தேன். பிறகு இப்படியே இப்போது சொல்லுகிறேன். கவனமாகக் கேட்டுக்கொள்ள வேண்டும். சம்பவம் மிகவும் பழையது தான். நாம் சாதாரணமாகக் காலம் என்றெல்லாம் சொல்லுவோமே, அந்த மகாகாலத்தின் அக்கரை யிலிருப்பது. நான் இப்போது இக்கரையில் என்பதை ஞாபகம் வைத்துக்கொள்ள வேண்டும். தனிமையான இதயம். அதன் பெரும் கரையிலிருந்து வந்து சேரும் சோக கானம் இது.

உயரமான கருங்கல் மதில் ஆகாயத்தைத் தொடுவது போல. அது என்னையும் மத்தியச் சிறைச்சாலையையும் வளைத்துக் கொண்டு அப்படியே நிற்கிறது. உள்ளே ஏராள மான கட்டிடங்கள். ஏராளமான மனிதர்கள். கைதிகளை யெல்லாம் உள்ளே தள்ளியாயிற்று. பொருட்படுத்தக்கூடிய எந்தச் சத்தங்களும் இல்லை. விடியற்காலையில் தூக்கி லேற்றிக் கொல்லப்படவேண்டியவர்கள் இருக்கிறார்கள். காலக்கெடு முடிந்து நாளைக்குச் சுதந்திரமான உலகத் துக்குப் போகிறவர்களும் இருக்கிறார்கள். இருந்தும் மொத்தத்தில்... ஒரு ஒரு... அமைதி.

நாங்கள் நடக்கிறோம். கிட்டத்தட்ட தூக்குமரத் துக்குப் பக்கமாக வந்துவிட்டோம். அதிக அகலமில்லாத பாதை. இடமும் வலமும் அருகிலும் நெடு நீளத்தில் மதில்கள். எனக்கு முன்னால் வார்டர். சிறை உடுப்பு களை அணிவித்து என்னை ஒரு எண்ணாக மாற்றிச்

சொற்ப நிமிடங்கள்தான் ஆகியிருந்தன. கறுப்புக் கோடு போட்ட வெள்ளைத் தொப்பி. வெள்ளைச் சட்டை. வெள்ளை வேட்டி. படுப்பதற்கான ஜமுக்காளம். போர்த்திக்கொள்வதற்கான கம்பளிப் போர்வை. சாப்பிடுவதற்கும் குடிப்பதற்குமான பாத்திரங்கள்... எல்லாவற்றுக்கும் இருக்கின்றன எண்கள். நான் புதுமுகமொன்றுமல்ல. முன்பும் பல முறை ஜெயில்களில் நம்பராக ஆனதுண்டு. 'நியூமராலஜி' என்று ஒரு புத்தகத்தை முன்பு வாசித்திருந்த ஞாபகத்தில் என்னுடைய புது எண்ணைக் கவனித்தேன். இலக்கங்களை ஒன்றாகக்கூட்டிப் பார்த்தேன். நல்லது. நான் ஒன்பது.

ஒன்பதின் பலன் என்னென்ன? இந்தச் சிறையில் அனுபவ மாகப் போகிற சம்பவங்கள் என்னவெல்லாமாக இருக்கும்? சும்மா யோசித்தேன். நடை மெதுவாகத்தான்.

'கொஞ்சம் வேகமா நடக்க முடியுமா?' வார்டரின் கட்டளை. அதைக் கேட்டதும் எனக்குச் சிரிப்பு வந்தது. சிரிப்பதற்கான சந்தர்ப்பங்களை நான் ஒருபோதும் வீணாக்கியதில்லை. மானுட குலத்துக்கான கடவுளின் பிரத்தியேக வரம் இந்தச் சிரிப்பு.

"இவ்வளவு அவசரமாக எங்கே போறீங்க? இந்தப் பூகோளத் திலிருந்து?" நான் கேட்டேன்.

வார்டர் பதில் பேசவில்லை. நடக்கிறார். நான் சொன்னேன்:

"என்னை ஏதாவது பொந்துக்குள்ளே கொண்டுபோய் அடைச்சிட்டு ஓடிப்போய் ஒரு பெரிய வியாபாரத்தை முடிக் கணும் இல்லையா?"

என்னவென்று கேட்டால் சங்கதி கொஞ்சம் தீவிரமானது தான். ஒரு ஐம்பது அறுபது மைல் தூரத்திலிருக்கும் பட்டணத்தில் பிரதானமான போலீஸ் லாக்கப்பில் என்னைப் போட்டிருக் கிறார்கள். பதினொன்றோ பதினாலோ மாசம். கேசெடுக்க மாட்டார்கள். சும்மா போட்டிருக்கிறார்கள். போலீஸ் இன்ஸ் பெக்டரின் அறிவுரைப்படி நான் கலவரம் செய்தேன். பட்டினி கிடந்தேன். அப்படியென்றால் உண்ணாவிரதப் போராட்டம். அப்படியாக கேசெடுக்க வைத்தேன். தண்டனை வாங்கிக் கொண்டேன். ஒரே குடும்பத்தின் உறுப்பினர் என்ற நிலையில் தான் நான் அந்தப் போலீஸ் லாக்கப்பில் பத்து நூறு போலீஸ் காரர்களின் மேற்பார்வையிலும் இன்ஸ்பெக்டரின் மேற்பார் வையிலும் வசித்திருந்தேன். என்னுடைய வலது கையை நடுவிரல் முனையிலிருந்து முழங்கைவரைக்கும் அடித்து நொறுக்கிப் பஞ்சாக்கிவிடுவோம் என்றோ என்னவோ சில ரிசர்வ் போலீஸ் காரர்கள் என்னுடைய தாய் தந்தையரிடமும் சகோதர சகோதரி களிடமும் சொல்லியிருந்தார்கள். உண்மையில் அப்படிச் சொன்னது போலீஸ்காரர்களல்ல. மாஜிஸ்திரேட்டுதான். போலீஸ்காரர்கள் இருக்கிற தைரியம். என்னைக் கைது செய் வதற்காக வீட்டை வளைத்திருந்த சந்தர்ப்பம். நான் அங்கே இருக்கவில்லை. கடைசியில் என்னைப் பிடித்தார்கள். யாரும் என்னை அடிக்கவில்லை. போலீஸ்காரர்களில் பலரும் என்னு டையசீடர்கள்போல ஆகியிருந்தார்கள். எனக்கு அங்கே ஒரு ஹெட்கான்ஸ்டபிளின் மரியாதை... லாக்கப்பில் கிடந்து ஏராளமான போலீஸ் கதைகளை எழுதினேன். காகிதமும் பென்சிலும் போலீஸ் இன்ஸ்பெக்டர் தந்திருந்தார்.

நான் எல்லாரிடமும் விடைபெற்றுக்கொண்டு அங்கிருந்து இறங்கினேன். இரண்டு போலீஸ்காரர்கள் கூட இருந்தார்கள். அவர்கள் கையில் இரண்டு துப்பாக்கிகள் இருந்தன. பாக்கெட்டில் கைவிலங்கு. அவர்கள்தான் மத்திய சிறைச்சாலைக்கு என்னைக் கொண்டுவந்து சேர்த்தார்கள். இப்போது சொன்ன எதுவுமல்ல சங்கதி. அந்தப் போலீஸ்காரர்கள் எனக்கு இரண்டு கட்டுப் பீடியும் ஒரு தீப்பெட்டியும் ஒரு புத்தம் புது பிளேடும் வாங்கிக் கொடுத்திருந்தார்கள். 'இதெல்லாம் ஜெயிலுக்குள் அனுமதிக்கப் படாது' என்ற அழகான அறிவிப்புடன் வார்டர் அதையெல்லாம் பாக்கெட்டிலிருந்து எடுத்தார். பிறகு ஒரு பழைய துணி எடுத்து அதையெல்லாம் போட்டு மூடி தன்னுடைய மகோன்னதமான தொப்பியைக் கழற்றி அதற்குள்ளே அதை வைத்துத் தலையில் மாட்டிக்கொண்டு ஒன்றும் நடவாததுபோல நடந்துகொண் டிருக்கிறார். பரம துரோகி. நடக்கட்டும்.

அந்த பிளேடு எதற்கு என்கிறீர்களா? நீங்கள் யோசிப்பது போல அல்ல. தீப்பெட்டிக் குச்சிகளை இரண்டாக வெட்டு

வதற்கு. ஆறு குச்சிகளாக வெட்டும் மகா கலைஞர்களை அடியவன் முன்பே பார்த்திருக்கிறேன். பிளேடுக்கு வேறேயும் வேலைகள் இருக்கின்றன. ஜெயிலில் தீப்பெட்டி சுலபமாகக் கிடைக்கும் என்று சொல்ல முடியாது. அதற்குக் காசு வேணுமே? அது நம்மிடம் கிடையாது. அந்த பிளேடை ஒரு ‘சக்கி’யாக் கலாம். அதைச் சக்கி என்று மட்டும் சொல்லக் கூடாது. சக்கியின் பிறப்பு பின்வருமாறு:

படுத்துக் கொள்வதற்காக அரசாங்கம் கொடுத்த ஜமுக் காளம் இருக்கிறது. அதிலிருந்து இரண்டு விரல் பருமனுள்ள நூலைச் சேகரிக்க வேண்டும். உள்ளங்கை நீளம் போதுமானது. தலைப்பாகத்தில் இரண்டு அங்குலம் விட்டுக் கட்டுக் கட்ட வேண்டும். அப்புறம் அந்தத் தலையைப் பற்றவைத்து நன்றாகக் கருகவைக்க வேண்டும். ஒரு துண்டுத் தோலில் கரிபிடித்த பாகத்தை இரண்டு மூன்றாக உருட்டிக் கட்டிவைப்பார்கள் பெருங்கலைஞர்கள். நம்மைப் போன்ற தரித்திரக் கலைஞனுக்குப் பலா இலை கிடைத்தாலே போதும். இனி நமக்குத் தேவையானது ஒரு சின்ன இரும்புத் துண்டு. அது எங்கே கிடைக்கும்? இரும்புத் துண்டு மட்டுமல்ல – பீடி, தீப்பெட்டி, கஞ்சா, சாராயம், வெல்லம் – அதிகம் வேண்டாம், ஓரளவுக்குத் தேவையான தெல்லாம் ஜெயிலில் கிடைக்கும். அதற்கெல்லாம் காசு வேண்டும். ஒரு பிளேடு கையிலிருந்தால் அதைச் சிமெண்டுத் தரையிலோ கருங்கல்லிலோ உரசினால் தீப்பொறி வரும். அந்தத் தீப்பொறியை நூலின் தலையில் வைத்தால் தீ சுலபம். பிளேடின் ஒரு பகுதியை மரக் கம்பில் சொருகி முனை கொஞ்சமாக வெளியில் தெரியும் படி வைக்க வேண்டும். இத்தனை விசேஷங்களெல்லாமுந் தான் அந்த வார்டர் மகானின் மகத்தான தொப்பிக்குள்ளே இருக்கின்றன.

நான் சொன்னேன்: “போலீஸ்காரங்க தரித்திரம் புடிச் சவங்க இல்ல.”

வார்டருக்குக் கேட்கவில்லையோ? அவர் பேசாமல் நடந்து கொண்டிருந்தார். அவர் எல்லாரையும் விற்று விடுவார். பிள்ளை களும் பிள்ளைகளின் பிள்ளைகளும் நிலாவும் நடத்திரங்களும் இருக்கிற காலம் வரைக்கும் தின்று தீர்ப்பதற்கான வரு மானத்தைத் தரித்திரம் பிடித்தவன் இப்போதே சம்பாதித்து விட்டான்.

நான் கேட்டேன் “வார்டருக்கு எத்தனை பிள்ளைங்க?”

மன உலகிலிருந்து விழித்த வார்டர் சொன்னார் “ஆறு. அஞ்சு பொண்ணும் ஒரு ஆணும்.”

பாவம் வார்டர், ஐந்து பெண்கள்.

நான் கேட்டேன் "புள்ளைங்களும் அம்மாவும் சுகந்தான், இல்லியா?"

"ஆமாம் ஆமாம்" என்றார் வார்டன். 'சீக்கிரம் நடங்க' அவசரத்தின் ரகசியம் பகிரங்கமோ பகிரங்கம்.

நான் கேட்டேன் "நீங்க செத்துப்போனா அவங்க கதி?"

வார்டர் சொன்னார் "கடவுள் காப்பாத்துவார்."

நான் சொன்னேன் "எனக்கு சந்தேகமா இருக்கு." வார்டர் கேட்டார் "அது ஏன்?"

நான் சொன்னேன். "திவ்ய ஞானம் . . . எப்படிக் கிடச்சதுன்னு சொல்றேன். நான் முந்தி ஒரு சந்நியாசியா இருந்தேன். நான் போய் தங்காத புனித மசூதிகளோ புண்ணிய க்ஷேத்திரங்களோ இந்தியாவில இல்ல. போய்க் குளிக்காத புண்ணிய நதியும் இல்ல. மலைச் சிகரங்கள், சமவெளிகள், வனாந்தரங்கள், பாலைவனங்கள், கடற்கரைகள், இடிஞ்சு நொறுங்கின கோயில்கள் . . ."

"அதனாலே?"

"கடவுள் உங்களைச் சும்மா விடமாட்டார்."

வார்டர் சொன்னார் "நான் தப்பு ஒண்ணும் பண்ணலயே."

நான் கேட்டேன்: "இன்னைக்கு வார்டர் அடிச்ச பயங்கர தீவட்டிக் கொள்ளையோ?"

வார்டருக்கு ஆச்சரியமாக இருந்தது. அவர் கேட்டார் "இன்னைக்கு நான் தீவட்டிக் கொள்ளையடிச்சேனா?"

நான் சொன்னேன் "வார்டர் செத்துப் போறார். ஆத்மா கடவுளின் மகா சன்னிதிக்குப் போகுது. கடவுள் கேட்கிறார். 'ஏ, தரித்திரம் புடிச்ச ஜெயிலரே, அந்த அப்பாவி பஷீரோட பிளேடும் தீப்பெட்டியும் ரெண்டு கட்டுப் பீடியும் எங்கே?"

வார்டர் பேசவில்லை. நின்றுகொண்டிருக்கிறார். நான் சொன்னேன். "வாங்க, வாங்க, என்னைக் கொண்டுபோய்க் கூண்டுக்குள்ளே அடைச்சுட்டு வியாபாரத்துக்குப் போக வேண்டாம்?"

வார்டர் நகர்வதில்லை. பேசுவதில்லை. அவர் மெதுவாகக் குலுங்கிக் குலுங்கிச் சிரித்துக்கொண்டே தொப்பியைக் கழற்றினார். அப்புறம் என்னுடைய சொத்துக்களெல்லாம் திருப்பிவந்தன.

"நல்ல வார்டர்" என்றேன்.

"காந்திஜி உண்ணாவிரதமிருந்து சாகக் கிடக்கிறார்'னு இன்னிக்குக் காலைலே அந்தப் போலீஸ் இன்ஸ்பெக்டர் என்கிட்ட சொன்னார். வார்டருக்கு ஏதாவது சேதி தெரியுமா?"

வார்டர் சொன்னார் "அவரு எலுமிச்சம் பழச்சாறு குடிச்சு உண்ணாவிரதத்தை முடிச்சுகிட்டாரு."

சந்தோஷம். மோகன்தாஸ் கரம்சந்த் காந்தி நீடூழி வாழ்க. எல்லா மனிதர்களும் வாழ்க.

பல இரும்புக் கதவுகளைத் தாண்டி நாங்கள் போய்க் கொண்டிருக்கிறோம். மதில்கள் ... மதில்கள்.

நான் கேட்டேன் "இப்போ இந்த ஜெயில்லே அரசியல் கைதிங்க எத்தனை பேர் இருக்காங்க?"

"உங்களைக் கூட்டிட்டுப் போற இடத்தில பதினேழு பேர் இருக்காங்க. உங்களையும் சேர்த்து பதினெட்டு."

அது சரி. என்னை ஒரு பிரத்தியேக இடத்துக்கல்லவா அழைத்துக்கொண்டு போகிறார்கள். அரசாங்கம் என்னைப் போதுமான அளவு எச்சரிக்கையோடுதான் கண்காணிக்கிறது. நல்லது.

அப்படியே நடக்கும்போது இந்த உலகத்திலுள்ளதில் மிகவும் வசீகரமான நறுமணம்.

ஸ்திரீயின் சுகந்தம். பெண்ணின் மணம்.

நான் முழுவதுமாகக் கரைந்து போனேன். என்னுடைய ஒவ்வொரு அணுவும் விழித்தது. என்னுடைய நாசித் துவாரங்கள்

மதில்கள்

விரிந்தன. நான் இந்த உலகம் முழுவதையும் எனக்குள்ளே ... எனக்குள்ளே இழுத்துக்கொண்டேன்.

எங்கே அவள்?

நான் சுற்றிலும் பார்த்தேன். யாருமில்லை. எதுவுமில்லை.

அப்படியே நடக்கும்போது இந்த உலகத்திலுள்ளவற்றில் மிகவும் அழகான ஓசை.

பெண்ணின் சிரிப்பு.

இந்த ஒலியும் மணமும் ஒன்றாக வருகின்றனவா? அல்லது ஒன்றிலிருந்து இன்னொன்று நான் கற்பனை செய்துகொண்டதா?

பெண் என்ற அற்புதப் படைப்பை நான் மறந்திருந்தேன் ... மறந்தே போயிருந்தேன்.

நான் கேட்ட ஓசை உண்மை. என்னிடம் பாய்ந்து வந்த மணமும் உண்மை.

நான் சொல்லுவது சோப்பு வாசனையல்ல. வெட்டிவேரின் வாசனையோ குளியற்பொடியின் வாசனையோ எண்ணெயின் வாசனையோ அல்ல. பவுடரும் வியர்வையும் கலந்த வாசனை யல்ல. சாட்சாத் பெண்ணின் அற்புத சுகந்தம்.

இது எங்கேயிருந்து ... அந்தச் சிரிப்போ?

அந்த சுகந்தத்தை நான் மறுபடியும் நினைத்துப் பார்த்தேன். மூச்சுத் திணறுவதுபோல இருந்தது எனக்கு. நாசித் துவாரங்கள் மீண்டும் மீண்டும் விரிந்தன. இதயம் பதற்றத்தில் வெடித்து விடும்போல இருந்தது. பெண்ணே, நீ எங்கே?

நான் கேட்டேன் "இதோ கேட்ட பெண்ணோட சிரிப்பு எங்கேருந்து?"

வார்டர் கேலி செய்வதுபோலக் கேட்டார் "கல்யாண மாகலியா?"

நான் சொன்னேன் "இல்லே ... ஆனா என்னோட கேள்விக்கும் கல்யாணத்துக்கும் என்ன சம்பந்தம்?"

"அதையெல்லாம் எதுக்குக் கவனிக்கிறீங்க?"

"பீதி ஏற்படுத்துற சென்டிரல் ஜெயிலுக்குள்ளே ... கொன்னு போடுற தூக்குமரத்துக்குப் பக்கத்திலே ... ஒரு பெண்ணோட சிரிப்பு கேட்குது ... அதுக்காக நான் உடனே கல்யாணம் பண்ணிக்கணும் ... அப்பட்டீன்னா மட்டுந்தான் அது எங்கே யிருந்து வருதுன்னு கேட்க உரிமை. நல்ல நியாயம்."

வார்டர் சிரித்தார். சொன்னார் "அது பெண்பிள்ளைங்க ஜெயிலிலேர்ந்து. அதுக்குப் பக்கத்திலதான் நீங்க தங்கப் போறீங்க."

இடையில் இருப்பது ஒரு மதில் மட்டுந்தான்.

"தண்டனை எத்தனை காலத்துக்கு?"

"ரெண்டு வருஷக் கடுந்தண்டனையும் ஆயிரம் ரூபா அபராதமும். அபராதம் கட்டலைன்னா இன்னும் ஆறு மாசம் மண்ணச் சுமக்கணும். எனக்கும் பெண்கள் ஜெயிலுக்கும் இடையிலே ஒரு மதில் மட்டுந்தான் இருக்கும். இல்லே?"

மதில்... பெண் ஜெயில்... தங்கக் குடங்களே...

நாங்கள் நடந்தோம். ஜமுக்காளத்தையும் போர்வையையும் மார்போடு சேர்த்துப் பிடித்திருந்தேன். இரும்புக் கம்பிபோட்ட கதவைத் திறந்து ஒரு பிரத்தியேக மதிற்சுவர் அடைப்புக்குள்

நுழைந்தோம். ஏராளமான மரங்கள்... அதிகமும் பலா மரங்கள்... நிறைய காட்டேஜுகள். கிழக்குப் பக்கமாகத் திரும்பி நிற்கும் போது தூரத்தில் இரண்டு பக்கங்களிலும் ஒவ்வொரு பெரிய மதில். வலது பக்கத்து மதிலுக்கு அப்பால் விசாலமான சுதந்திர உலகம். இடது பக்கத்து மதிலுக்கு அப்பால்... பெண் ஜெயில்.

இந்தக் காட்டேஜுகள் ஒவ்வொன்றும் சிறிய மதில் சுவர்களால் வளைக்கப்பட்டிருக்கும் லாக்கப்புகள்.

அங்கேயிருந்த வார்டர் என்னைப் பெற்றுக்கொண்டார். கூட வந்த வார்டரைக் கும்பிட்டேன். அவர் என்னையும்

மதில்கள்

கும்பிட்டுவிட்டுப் போனார். நல்ல வார்டர். கடவுள் காப்பாற்று வாராக!

புதிய வார்டர் என்னை ஒரு காட்டேஜுக்குக் கூட்டிக் கொண்டு போனார். அதன் இரும்புக் கதவைத் திறந்தார். மிகவும் சின்ன அறை. அறைக்கு வெளியில் ஒரு பக்கமாக தூரத்தில் ஒரு கக்கூஸ். கதவுக்குப் பக்கத்திலேயே ஒரு குழாய். நான் குழாயைத் திறந்து கைகால் முகத்தைக் கழுவினேன். நிறைய தண்ணீரைக் குடித்துவிட்டு ஒரு பாத்திரத்தில் தண்ணீரை யும் எடுத்துக்கொண்டு இறைவனின் நாமத்தை உச்சரித்தபடி வலது கால் வைத்து சின்ன ஜெயிலுக்குள்ளே நுழைந்தேன்.

மதில்களின் . . . மதில்களின் . . . அநேகமநேகம் மதில்களுக் குள்ளே நான்.

வார்டர் இரும்புக் கதவை அடைத்துத் தாழிட்டுப் பூட்டினார்.

நான் சொன்னேன் "பொன்னான அரசாங்கத்தின் இந்தப் புது அகதிக்கு இராச் சாப்பாடு குடுக்கலே."

வார்டர் சொன்னார் "நீங்க வந்தது இன்னைய கணக்கில சேராது. நாளைக்குக் காலையிலேர்ந்து கிடைக்கும்."

நான் சொன்னேன் "அப்படீன்னா என்னைத் திறந்து விடுங்க. நாளைய கணக்கில வர்றேன்."

வார்டர் கேட்டார் "என்ன கேசு?"

நான் சொன்னேன் "எழுத்து . . . ராஜ துரோகம்."

வார்டர் திடுக்கிட்டதுபோலச் சொன்னார் "ராஜ துரோகம் . . . ஸ்ரீ பத்மநாபா . . . காப்பாத்து."

ராஜ பக்தன்!

லாக்கப்பின் கம்பிக் கதவுக்கு வெளியில் மேலே பயங்கர வெளிச்சமுள்ள ஒரு பல்பு பிரகாசித்தது. வார்டர் போனார். பிரபஞ்சமென்ற பெரும் சிறைக்குள்ளேயிருக்கும் சின்னச் சிறையில் தனியாக நான்.

நானும் முடிவின்மையும். நான் ஜமுக்காளத்தை ஒழுங்கு படுத்தினேன். பாத்திரங்களை மூலையில் வைத்தேன். மாலை மயங்கிக்கொண்டிருக்கிறது. நானும் லாக்கப்பின் உட்புறமும் நல்ல வெளிச்சத்திலிருந்தோம். நான் இன்றைய கணக்கில் சேர்க்கப்பட்டவனல்ல. கடவுளே, அதனால் இரவில் பட்டினி கிடக்க வேண்டும். ஏதாவது உணவைத் தருவிக்க எனக்குத் தெரியும். இரும்புக் கதவைப் பிடித்து உலுக்கி வார்டரைக்

கூப்பிட்டுக் கலவரம் செய்யலாம். ஜெயிலர், சூப்பிரண்டு எல்லாரையும் வரவழைக்கவும் செய்யலாம். அப்படி உணவு கிடைத்துவிடும். யோசித்தேன். வேண்டாம். இலக்கியத்துக்காக ஏதாவது சின்ன தியாகம் செய்யவேண்டுமில்லையா? நாட்டின் சுதந்திரத்துக்காகக் கொஞ்சம் அதிகமாகவே அடியும் குத்தும் வாங்கியிருக்கிறேன். மிகுந்த கருணையுடன் துப்பாக்கிக் கட்டையால் என்னுடைய மார்பில் அடித்து விழச் செய்திருக்கிறார்கள். தெரு வழியாக என்னை இழுத்துக் கொண்டு போயிருக்கிறார்கள். அப்படியாகப் பல தடவை ஜெயிலிலும் கிடந்திருக்கிறேன். இனி?

இப்போதைய இந்தச் சிறைவாசம் இலக்கியத்துக்காக ... அதில் அரசியலும் இருக்கிறது. நினைத்துப் பார்த்தபோது கொஞ்சம் பெருமையாகவும் இருந்தது. நிறைய தண்ணீரைக் குடித்தேன்.

பிளேடை எடுத்துத் தீக்குச்சியை இரண்டாக வெட்ட மறந்து போனேன். ஒரு முழுக் குச்சியைக் கொளுத்தி ராஜரீகமாக ஒரு பீடியைப் பற்றவைத்தேன். ஐந்தாறு இழுப்பு இழுத்ததும் பீடியை அணைத்து வைத்தேன். ஊதாரித்தனம் நல்லதல்ல.

அப்படியே உட்கார்ந்து கவனித்துக்கொண்டிருந்தேன். பெண்ணின் சிரிப்பு கேட்கவில்லை, பெண்ணின் மணம் அனுபவமாகவில்லை. என்ன காரணம்? பெண் ஜெயிலுக்குப் பக்கத்தில்தான் நான் இருக்கிறேன். நீ எங்கே இருக்கிறாய் பெண்ணே?

பெண்ணின் ஆதி மணம் – ஒருவேளை என்னுடைய கற்பனையாக இருக்குமோ? முன்பு ... கோடானு கோடி காலங்களுக்கு முன்பு ... ஆதியில் ஏதேன் தோட்டத்தில் கண் விழித்தபோது அனுபவித்த ஏவாளின் அற்புதமான மணம் ... என்னுடைய ஆன்மாவில் சேகரித்து வைத்ததாக இருக்கலாம் ... பாலைவனத்தில் தாகித்து அலைந்து சோர்ந்த பயணி காண்கிற தெளிந்த நீர்த் தடாகம் வெறும் கானல் ... அதுபோல எல்லாம் மறைந்து போயின ... ஆனால் விழித்திருக்கும் ஆன்மா ... விரியும் நாசித் துவாரங்கள் ... வெடிக்கப் போகும் இதயம் ... பெண்ணே ...

எங்கே அந்த அழகான குரல் ... எங்கே அந்த மயக்கும் நறுமணம் ...

நான் கம்பிக்கதவுகளுக்கு வெளியே பார்த்தேன். வெளிச்சத்தின் உக்கிரத்தால் எதையும் பார்க்க முடியவில்லை. உலகத்தை இருட்டு மூடியிருந்தது.

ஆனால் இருட்டையும் சரியாகப் பார்க்க முடியவில்லை. ஒன்று மட்டும் புரிந்தது. நான் இதுவரை இருட்டைப் பார்த்த தில்லை. எதையும் பார்க்க முடியாத அற்புதமான ஆதிக் காரிருளே! முடிவற்ற ஆகாயப் பரப்பில் மின்னி மின்னிச் சுடரும் கோடிகோடி நட்சத்திரங்களே! நிலவொளி ததும்பும் மோகன, மோகனமான இரவே!

உங்களை ... உங்களை நான் இதுவரை பார்த்ததே இல்லையே?

அது சரியல்ல. பார்த்திருக்கிறேன். எல்லாவற்றையும் நான் பார்த்திருக்கிறேன். வேண்டுமளவுக்குக் கவனிக்கவில்லை. இரவின் அழகை யார் பொருட்படுத்துகிறார்கள்? யார் கவனிக் கிறார்கள்?

யாமினீ!

நினைத்துப் பார்த்தபோது பழைய அழகான ஓர் இரவு நினைவுக்கு வந்தது. ஒரு சின்ன கிராமம். அதற்கு அப்பால் ஆயிரமாயிரம் மைல்களுக்கு வெறும் பொடி மணல் மண்டிய பாலைவனம். தொடுவானம் ... விரிந்த தொடுவானம் ... இதைப் போன்ற ஒரு மாலை. நான் அந்தப் பாலைவனத்துக்கு வந்தேன். கிட்டத்தட்ட ஒரு மைல் நடந்திருப்பேன். சுற்றிலும் வெண் பட்டை விரித்துப் போட்டதுபோல மணற்பரப்பு மட்டுமே. அந்த மகா பிரபஞ்சத்தின் நட்ட நடுவில் தனியாக நான் ... தனியாக ... தலைக்குமேலே கைநீட்டித் தொட்டுவிடும் உயரத்தில் தெளிந்த முழுநிலா.

கழுவிச் சுத்தம் செய்த நீல வானம்.

முழுநிலாவும் நட்சத்திரங்களும்.

மிகுந்த பிரகாசத்துடன் மின்னும் நட்சத்திரங்கள். கோடி ... அனந்தகோடி ... எண்ணிக்கையில்லாத நட்சத்திரங்கள்.

முழுவட்டமான நிலவு.

அமைதிப் பிரபஞ்சம் ... ஆனால் என்னவோ ... என்னவோ ... திவ்யமான நிசப்த சங்கீதம்போல ... நாத பிரம்மத்தின் முடிவில்லாத சுழற்சி. எல்லாம் அதில் மூழ்கிப் போயிருந்தன. ஆனந்த அற்புதத்துடன் நான் நின்றேன். என்னுடைய ஆச் சரியமும் ஆனந்தமும் கண்ணீராக மாறின. நான் அழுதேன். தாங்கமுடியாமல் அழுதுகொண்டு நான் மனிதர்களுக் கிடையில் ஓடினேன்.

‘உலகமான உலகங்களையெல்லாம் படைத்தவனே, என்னைக் காப்பாற்று. எனக்குள் இதைத் தாங்கிக்கொள்ள

முடியவில்லை. உன்னுடைய இந்தப் பெரும் கருணை ... இந்த மகா அற்புதம் ... நான் மிகச் சிறிய உயிரல்லவா? என்னால் முடியவில்லை ... என்னைக் காப்பாற்று.'

அப்புறம் காலையில் ஜெயில் வார்டர் வந்து தாழ்ப்பாளைத் திறந்து இரும்புக் கதவைப் பிடித்து உலுக்கியபோதுதான் எனக்கு நினைவு வந்தது.

'சலாம் பிரபஞ்சமே.' நான் எழுந்தேன். துண்டுப் பீடியைப் பற்றவைத்துக்கொண்டு போய் ராஜரீகமாகவே காலைக் கடன்களைத் தொடங்கினேன்.

வேப்பங்குச்சியால் பல் துலக்கினேன். முன்பு இமயமலை யிலும் இதுபோலத்தான் வேப்பங்குச்சியால் பல் துலக்கியிருந் தேன். குழாயடியில் நின்று ராஜரீகமாகவே குளித்தேன். பிறகு ஜெயில் உடைகளைப் போட்டுக்கொண்டேன். கஞ்சிக்கான பாத்திரத்தை எடுத்துக் கழுவிக்கொண்டு தலைவர்களைப் பார்க்கப் போனேன். அங்கேயிருப்பவர்கள் எல்லாரும் தலைவர் கள்தான். எல்லாரையும் பார்த்து முடித்தபோது பெரிய பாத் திரத்தில் கஞ்சி வந்தது. படாடோபமாக சட்டினியைக் கலந்து

மதில்கள்

கஞ்சியைக் குடித்தேன். உண்மையில் சாப்பிட்டது கஞ்சோவாக் கும். இந்த கஞ்சோவின் முறையைச் சரியாகச் சொல்லுகிறேன். முதலில் கஞ்சியிலிருக்கிற தண்ணீரை உறிஞ்சிக் குடிக்க வேண்டும். பிறகு சட்டினியைப் போட்டுப் பிசைந்து சோற்றை வாரி வாரித் தின்ன வேண்டும். அதற்கப்புறம் கையையும் வாயையும் பாத்திரத்தையும் கழுவ வேண்டும். அதற்குப் பிறகு இன்னும் கொஞ்சம் பச்சைத் தண்ணீரைக் குடிக்க வேண்டும். வாழ்க்கை பரம சுகம். இப்படிச் சுகம் வரவழைத்த பிறகு ஒரு தீக்குச்சியை இரண்டாகப் பிளந்து ஒரு பீடி பற்றவைத்து இழுத்தேன். அதை அணைத்து வைத்துவிட்டு ஜெயிலுக்குள்ளேயிருக்கும் உலகத்தைப் பார்க்கப் போனேன். அப்படியென்றால் ஜெயில் முழுவதையும் சுற்றிப் பார்ப்பதுதான். எனக்குத் தேயிலை வேண்டும். சர்க்கரை வேண்டும். ஜெயிலாக இருந்தாலும் கொஞ்சம் சாயா குடித்தாக வேண்டும். கடும் சாயா போதும். தலைவர்களிடம் தேயிலையும் இல்லை. சர்க்கரையுமில்லை. ஒரு பெரிய தலைவரிடம் ரகசியமாக ஈனோஸ் புரூட் சால்ட் மட்டுமிருந்தது. அதில்லாமல் ஐயாவுக்குக் காலைக் கடன்களைத் தொடங்கவே முடியாது. இன்னொரு முசுடுத் தலைவர் ரகசிய மாக வைத்திருந்தது காரல் மார்க்சின் 'காப்பிட்டல்' என்ற பயங்கரப் புத்தகம். வேறொரு ரசிகர் தலைவர் ரகசியமாக இரண்டு கட்டுச் சீட்டுகளை வைத்திருந்தார். எனக்கு பிரிட்ஜ் என்ற அற்புத விளையாட்டைக் கற்றுத் தருகிறாராம்.

தலைவர்களைத் தாண்டி வந்தேன்,

ஒரு மாதம் கழிந்ததும் நம்முடைய வாழ்க்கை ராஜ தோரணையுள்ள டீலக்ஸ் லைஃபானது.

நம்முடைய கூண்டின் மூலையில் இரண்டு செங்கற்கள் இருக்கின்றன. பக்கத்திலேயே பருமனில்லாத பலாச் சுள்ளிக் கட்டு. அதற்குப் பக்கத்தில் ஒரு சின்னப் பாத்திரம். தேநீர் தயாரிப்புக்காக. தேயிலையும் சர்க்கரையும் இரண்டு பொட்டலங் களில் படுக்கைக்கடியில் சின்னத் தலையணைகளாகக் கிடக் கின்றன. அப்புறம் ஒரு டீலக்ஸ் சக்கி. இஷ்டம்போலப் பீடி. எழுதுவதற்கான காகிதங்கள். பென்சில். ஒரு பெரிய கத்தி. இந்தக் கத்தியை ஜெயில் சூபிரண்டு கருணைகூர்ந்து பிரத்தியேக மாக அனுமதித்திருந்தார் ... மாங்கன்றைப் பதியம் போடுவது, ஒட்டுப் போடுவது, செடி வளர்ப்பது இதிலெல்லாம் எனக்கு நிபுணத்துவம் இருப்பதை அவர் புரிந்துகொண்டிருந்தார். என்னுடைய லாக்கப் என்ற சின்ன ஜெயிலுக்கு நேர் முன்னால் நீள் சதுரத்தில் ஒரு முற்றத்தை உண்டு பண்ணியிருந்தேன். அதன் எல்லைகளில் எல்லாம் முழுதாக மலர்ந்து மணம் வீசுகிற ரோஜாப் பூக்கள். சாப்பாட்டுக்கு மீன் வறுவல், கோழி

முட்டை, ஈரல், ஸ்பெஷல் சட்டினி. இந்த ஐஸ்வர்யம் நிரம்பிய ராஜ வாழ்க்கை காலையில் கஞ்சி கொண்டுவரும் மகானிட மிருந்து தொடங்கியது. அவர் ஒரு சிவப்புத் தொப்பிக்காரர். அப்படியென்றால் ஒருத்தனைக் கொலை செய்திருக்கிறார். தூக்கிலேற்றவில்லை. ஆயுட்காலக் கடுந்தண்டனை. அவர் வட்டமான முகமும் புன்னகை செய்யும் கண்களுமுள்ள ஒரு தடியர்.

நான் காலையில் எழுந்ததும் சில்லறை உடற்பயிற்சிகள் செய்வேன். சின்ன அளவில் பயில்வானில்லையா? என்னுடைய ரோஜாத் தோட்டத்தின் நடுவில் உயரமான பருமன் குறைந்த பலா மரம் இருக்கிறது. அதன் கீழ்ப் பக்கக் கிளைக்கு என்னுடைய தொடையளவு பருமன் இருக்கும். அதை பாரா மாற்றி அதிலும் சில உடற்பயிற்சிகள் செய்வேன். இதெல்லாம் முடித்து குளித்து விட்டு வரும்போது அவர் – சிரிக்கும் கண்களுள்ள சிவப்புத் தொப்பி – என்னுடைய கஞ்சோவையும் ஸ்பெஷல் சட்டினியை யும் லாக்கப் அறையில் மூடி வைத்திருப்பார். கஞ்சி என்ற வகுப்பே கிடையாது. எல்லாம் சோறு. ஆனால் சோறுதானா? கொஞ்சம்போலக் கஞ்சித் தண்ணீருமிருக்கும். முதல் முறையாக எனக்குக் கஞ்சி ஊற்ற வந்தபோது அவர் என்னிடம் மெதுவாகச் சொன்னார் "ஆசுபத்திரி ஆர்டர்லியப் போய்ப் பாருங்க, சாயா தயார்பண்ணி வெச்சிருப்பார்."

நான் போனேன். பார்த்தேன். கறுப்பான ஒல்லியான ஒரு சிம்பிள் மீசைக்காரர். நல்ல வெண்மையான பற்கள். அழகான சிரிப்பு. என்னுடைய பழைய நண்பரும்கூட.

அவருடைய ஊரில் நான் தங்கியிருந்திருக்கிறேன். அவர் ஒரு தீவைப்புக் கேசில் மாட்டியிருந்தார். அதில் இரண்டு பேரைக் கொலையும் செய்திருந்தார். சிவப்புத் தொப்பி. ஆயுட்காலக் கடுந்தண்டனை. நன்னடத்தையாலும் படிப்பறிவாலும் ஆஸ்பத்திரி ஆர்டர்லியாகிவிட்டார். தேயிலை, சர்க்கரை, முட்டை, ஈரல், ரொட்டி, பால், பீடி இத்தியாதிகளுக்கு நான் இனிமேல் சிரமப்பட வேண்டியதில்லை.

அப்படிப் பார்க்கும்போது ஒரு ரோஜா வனம். ஆஸ்பத்திரி யின் பின்னால். வேர் அறுந்து போகாமல் மண்ணோடு கொண்டு வந்து நட்டேன். என்னுடைய சின்ன ஜெயிலுக்கு முன்புற மிருக்கிற ரோஜாத் தோட்டம். என்னுடைய பூந்தோட்டத்தைப் பார்த்ததும் தலைவர்களுக்கும் அதே மாதிரி ஒன்று வேண்டுமாம். எல்லாருக்கும் ஒவ்வொரு தோட்டம் போட்டுக் கொடுத்தேன். தலைவர்களுக்கு வெளி உலகத்துடன் தொடர்பிருந்தது. ஜெயில் வார்டர்கள் மூலமாகத்தான். கடிதங்களைக் கொண்டு போவார் கள். கொண்டு வருவார்கள். அதற்கெல்லாம் பணம் செலவாகும். இரவு நேரங்களில் உயரமான மதில்களைத் தாண்டி வெளி யிலிருந்து பொட்டலங்கள் உள்ளே வந்து விழும். காலையில் தலைவர்கள் அதையெல்லாம் பொறுக்கி எடுத்துக்கொள்வார் கள். சில சமயங்களில் சின்ன டின்களையும் டப்பாக்களையும் பொறுக்க நானும் போவேன். ஒரு தடவை ஒரு தலைவர் எனக்கு உப்பில் ஊறவைத்த எலுமிச்சங்காயைக் கொஞ்சம் கொடுத்தார். ஆஹா, என்ன ருசி. எத்தனை விலைமதிப்பான பதார்த்தம். அதைக் கொடுக்கும்போது தென்பட்ட அவருடைய முகபாவம்... அதன் குணநலன்களைப் பற்றி ஒரு பெரும் காவியம் இயற்றினாலும் நமது கடமை முடியாது.

நான் அந்த மட்டில் என்னுடைய நண்பர்களும் சீடர் களுமான சிவப்புத் தொப்பிக்காரர்களுடன் சேர்ந்து வாழ்ந் தருளுகிறேன். எதற்கும் குறையில்லை. சில சமயங்களில் பெண் ஜெயில் பக்கமாகப் பார்ப்பேன். பீதியூட்டும் பிசாசுத்தனமான மதில்... நான் கேட்ட சிரிப்பை நினைத்துப் பார்ப்பேன்... அனுபவித்த மணத்தையும். பூந்தோட்டத்துக்கு அருகிலிருக்கும் பலா மரத்தில் தொற்றி ஏறுவேன். தலைவர்களும் மற்றவர் களும் சாப்பிட்டு முடித்து மத்தியானங்களில் அயருகிற நேரம். பலா மரத்தின் உச்சியில் ஏறி நிற்பேன். சுதந்திரமான உலகம்... இல்லையென்றால் என்ன சுதந்திர உலகம்? பூகோளமே பெரிய ஜெயில்தானே. பெரும் மதிலுக்கு வெளியில்... தூரத்தில்... தூரத்திலிருக்கும் ரோட்டில் ஆண்களும் பெண்களும் இந்தச் சின்ன ஜெயிலைப் பற்றி எதுவும் தெரியாமல் நடந்து போகி றார்கள்.

நண்பர்களே, கொஞ்சம் இங்கே திரும்பிப் பாருங்கள், நான் சொல்லுவது பெண்களிடந்தான். கொஞ்சம் திரும்பிப் பாருங்கள். உங்களை ஒருமுறை பார்த்துக் கண் குளிர்கிறேன். அப்படி நெடு நேரம் கழித்துக் கீழே இறங்குவேன். நான் சொல்லுகிற இதை ஜெயிலிலிருக்கிற ஒவ்வொரு மனிதனாலும் சொல்ல முடியும். என்னுடைய யோசனைகளும் உணர்ச்சிகளுந் தான் ஒவ்வொரு சிறைக்கைதிக்கும் என்று வைத்துக்கொள்ளுங் கள். எங்களுடைய தனிமையான இரவுகள் ... எங்களுடைய தனிமையான யோசனைகள் ... எங்களுடைய பாலியல் கனவுகள். எதுவானாலும் எங்களுடைய இதயங்களுக்குள்ளே ஆழ்ந்து இறங்காமலிருப்பதே நல்லது.

நான் என்னுடைய ரோஜாத் தோட்டத்தின் நடுவில் சும்மா நிற்பேன். சுற்றிலும் மலர்ந்து மணம் பரப்பும் பூக்கள். அழகாக இருக்கின்றன. மணமாக இருக்கின்றன. ஆனால் ஏதோ ஒன்று இல்லை. யாரோ ஒன்றின், ஏதோ ஒன்றின் இல்லாமை. என்ன அது?

வேண்டாம். இந்த யோசனைகள் நல்லதல்ல. பெண்ணைத் தேடித்தான் எல்லா யோசனைகளும் போகின்றன. நான் எழுந்து நடந்தேன். பல மதில்கள். பல கதவுகள். எல்லா இடங்களிலும் வார்டர்களிருக்கிறார்கள். வார்டர்களின் கண்ணில் படாமல் ஜெயிலில் ஒன்றும் செய்ய முடியாது. உயரத்திலிருந்து பார்க்கப் பெரிய கோபுரமும் இருக்கிறது.

நான் அந்த கோபுரத்தின் பக்கமாக நடந்து கொண்டிருக் கிறேன். அப்போது ஒரு காட்சியைப் பார்த்தேன். நின்று சிரித்துவிட்டேன். அப்படியொரு வரவு. விலங்கு பூட்டிய ஒரு மதயானை. இல்லை ... மனிதன்தான். கறுப்புத் தொப்பி. வெளுத்து உயரமான பருமனுள்ள இளைஞன். ஒளிபொருந்திய கண்கள். தலையைத் தூக்கிப் பின்னோக்கி வளைந்தபடி சிரமப் பட்டு நடக்கிறான். கழுத்திலிருந்து இரண்டு சங்கிலிகள் முதுகு வழியாகக் கால்களைப் பிணைத்திருக்கின்றன. அதன் இழுவை தான் அந்த ஒடிசலுக்குக் காரணம். ஜெயிலிலிருந்து தப்பிக்கப் பார்த்த திருடனா? பக்கத்தில் போனதும் திகைத்து நின்றேன். என்னுடைய பழைய வகுப்புத் தோழன். எங்களுடைய கண்கள் சந்தித்தன. எங்களுடைய மனதுகள் நினைவுபடுத்திக்கொண்டன. நாங்கள் சிரித்தோம். பல விஷயங்களையும் பேசினோம். மறு படியும் நாங்கள் சிரித்தோம். ஆசாமி என்னை எப்படியாவது ரகசியமாகப் பார்த்து விடுவதற்காக வந்திருக்கிறான்.

நான் கேட்டேன் "யார் கிட்டேயாவது சொல்லியனுப்பி இருந்தாப் போதாதா?"

மதில்கள்

"நமக்கிடையில பழக்கமிருக்குன்னு ஆளுங்களுக்குத் தெரிஞ்சா உங்களுக்கு அவமானமா இருக்குமில்ல?"

"நான் உன்னோட நண்பன்னு சொல்லுடா திருட்டுப் படவா." நான் கட்டியணைத்துக் கன்னத்தில் முத்தமிட்டேன். ஜெயிலிலிருக்கிற ஒவ்வொருவரையும் நான் முத்தமிட்டதுபோல இருந்தது அது. இந்த முத்தக் கதை ஜெயில் முழுக்கத் தெரிந்து போயிற்று. ஜெயில் மெய்சிலிர்த்தது.

சங்கிலியில் பூட்டிய ஒளிபொருந்திய கண்களுக்குச் சொந்தக் காரனான இவன்... ஜெயிலில் வாழ்ந்து கொண்டிருக்கும் ஒரு வரலாறு... ஒரு தியாகி.

ஆசாமி ஒன்றரை வருடத் தண்டனையில் வந்திருக்கும் திருடன். ஜெயிலுக்குள் ஆசாமிக்கு இப்போதும் பீடி, அச்சு வெல்லம், கருவாடு எல்லா வியாபாரமும் உண்டு. ஜெயிலுக்கு வந்து ஆறு மாதம் கழிந்தபோது ஒரு சின்ன சம்பவம் நடந்தது. ஒரு ஜெயில் வார்டர் ஒரு குசாண்டம்* பண்ணினார். அதற்கு முன்பு ஒரு வார்டரும் செய்யாதது. குறிப்பாகக் கவனிக்கவும். நாம் அந்த வார்டரை குசாண்ட வார்டர் என்றே கூப்பிடலாம். குசாண்ட வார்டரின் நடவடிக்கைகள் என்னுடைய கிளாஸ் மேட்டுக்குப் பிடிக்கவில்லை. ஜெயிலில் நடக்கிற வியாபாரத்தின் லாபத்தில் எல்லா வார்டர்களுக்கும் ஓரளவு பங்கு இருக்கிறது. ஜெயிலுக்கு வெளியில் தூரத்திலிருக்கிற சில இடங்களில் பாறை உடைப்பதற்கும் வேறு வேலைகளுக்கும் ஏராளமான கைதிகளைக் கொண்டு போவார்கள். அந்தப் பகுதிகளில் ஆள் நடமாட்டமுள்ள நிறைய குடிசைகள் இருக்கின்றன. அங்கேதான் மொத்த வியாபாரம். பிறகு... அப்படியாக என்னுடைய கிளாஸ்மேட் ஜெயிலுக்குள்ளே பெரிய பிசினஸ்மேனாகியிருந் தான்.

லங்கோட்டி வழியாகத்தான் பல சாமான்களும் ஜெயிலுக் குள் வந்து சேரும். கேட்டில் பரிசோதனையிருக்கும். துணியை அவிழ்த்துக் காட்ட வேண்டும். கால் நிமிஷம் போதும். கிளீன். அப்படியென்றால் தொப்பி, சட்டை, வேட்டி, துண்டு – இதெல்லாம் ஜெயிலில் கொடுப்பவை. அதையெல்லாம் சோதனை போட்டார்கள். அதிலெல்லாம் ஒரு புண்ணாக்கும் இல்லை. லங்கோட்டி ஜெயிலுக்குப் பழக்கமில்லாதது. ஒருவேளை அது மனிதனின் பாகமாக இருக்கலாம். இப்படிப் போகிறது ரகசியம். இதையெல்லாம் அக்கறையாகக் கவனிக்கவேண்டிய தில்லை. நான் சொல்லிக்கொண்டு வருவது வேறு. நமது குசாண்ட வார்டர் ஒரு குசாண்டம் பண்ணினார் என்றேனே!

---

* குசாண்டம் – குசும்பு

அந்தக் குசாண்ட வார்டரின் செவுளில் என்னுடைய கிளாஸ் மேட் அழகான இரண்டு அறை விட்டான். தகவல் ஜெயில் முழுக்கத் தெரிந்து போயிற்று. ஆண் ஜெயிலில் மட்டுமல்ல, பெண் ஜெயிலிலும். இரண்டுக்கும் புல்லரிப்பாக இருந்தது. என்னுடைய கிளாஸ்மேட்டுக்குப் பன்னிரண்டு முக்காலியடிகள் கிடைத்தன. தண்டனை அதிகரிக்கப்பட்டது. மூன்று வருடங் களாயிற்று. காயங்கள் ஆறின. கிளாஸ்மேட் சரியாக நடக்க ஆரம்பித்தான். கல்லுடைக்க வெளியே போக வேண்டுமே. ஆனால் குசாண்ட வார்டர் அதை எதிர்த்தார்.

"உங்களுக்கு என்னைத் தெரியாது, என்னோட ஊரையும் தெரியாது. இந்தா புடிச்சுக்கோ" என்ற உசிருள்ள முன்னுரை யுடன் கிளாஸ்மேட் குசாண்ட வார்டரின் கழுத்தில் ஓங்கி இரண்டு குத்து விட்டான். கொசுறாக அடிவயிற்றில் ரசிக்கிற மாதிரி ஒரு உதையும் கொடுத்தான்.

இதில் எதுவும் தப்பில்லை. ஜெயிலுக்கு வெளியேயும் குசாண்ட வார்டர் ஜெயிலுக்குள் செய்கிற வேலைகளைக் கேட்கிற யாரும் அவரை ஓடவிட்டு உதைப்பார்கள். அவ்வளவு அநாகரிகமான வேலையைச் செய்திருந்தார். என்னுடைய கிளாஸ்மேட்டுக்கு மேலும் இருபத்தி நாலு முக்காலி அடிகள் கிடைத்தன. அவன் அதற்கும் அசையாமல் நின்றான். உணர்வு தப்பவில்லை. அப்படியாகத் தண்டனை ஆறு வருடங்களாயின.

ஜெயிலில் குசாண்ட வார்டர் தனியானார். எல்லாரும் சந்தேகப் புள்ளிகளானார்கள். ஒவ்வொருவருடைய கண்களிலும் அவர் கொலை பாதகத்தின் மினுங்கலைப் பார்த்தார். கழுத்தை நெரித்துக் கொன்றுவிடுவார்களோ? பயந்துபோன குசாண்ட

மதில்கள்

வார்டர் வெளியில் அத்தியாவசியமான வேலைகள் இருப்பதைக் காரணம் காட்டி வேலையை ராஜினாமாச் செய்துவிட்டுப் போனார்.

இப்படியாகப் பரம சௌக்கியங்களுடன் நான் வாழ்ந்து கொண்டிருக்கிறேன். அவசியமான சாமான்களெல்லாம் என் வசம் இருக்கின்றன. இது கிட்டத்தட்ட எல்லாருக்கும் தெரியும். ஒரு அசிஸ்டெண்ட் ஜெயிலர் பெரும்பாலும் என்னுடைய லாக்கப்புக்கு வருவார். தொப்பியும் காக்கிச் சட்டையும் காக்கி பாண்டும் ஷூக்களும் போட்ட கேளிக்கைப் பிரியரான வெளுத்த இளைஞர். அவரை அனியன் ஜெயிலர் என்றுதான் கைதிகள் அழைப்பார்கள். அவர் என்னைத்தேடி வருவது லாக்கப்பைச் சோதனை போடவல்ல. சும்மா பேசிக்கொண்டிருப்பதற்கு. அவரிடம் சின்ன அல்சேஷன் நாய் இருந்தது. ஜோக்கர் என்று பெயர். அதைப் பழக்குவது, அதற்குப் பயிற்சி கொடுப்பது, அதற்கான சாப்பாடு – போன்ற விஷயங்களைப் பற்றி நாங்கள் பேசிக்கொண்டிருப்போம். அனியனுக்கு அதையெல்லாம் கேட்டுக் கொண்டிருப்பதில் சுவாரசியம். நான் அவருக்குக் கடும் சாயா போட்டுக்கொடுப்பேன். என்னிடம் தேயிலையும் சர்க்கரையும் இருக்கிறது என்று எல்லாருக்கும் தெரியும். விடியற்காலை ஐந்து

மணிக்குத் தூக்கில் போடப் போகிற சில கைதிகளுக்கு ராத்திரி யில் கொஞ்சம் தேநீர் குடிக்கத் தோன்றும். வார்டர் என்னைத் தட்டியெழுப்பித் தகவல் சொல்லுவார். நான் கடும் சாயா போட்டுக் கொடுப்பேன். ஒன்றிரண்டு பீடியும் தீப்பெட்டியும் கொடுப்பேன். தைரியமாக இருக்கும்படிச் சொல்லியனுப்புவேன். மரணத்தை இரண்டு விதமாகச் சந்திக்கலாம் என்று சொல்லி யனுப்புவேன். அழுதுகொண்டும் சிரித்துக்கொண்டும். எப்படி யிருந்தாலும் செத்துப் போவோம். சிரித்துக்கொண்டே மரணத்தைச் சந்தியுங்கள். மங்களம்.

அப்போதெல்லாம் நான் தூங்காமலேயே இருப்பேன். ஐந்து மணிக்குத் தூக்குப்போட்டு முடிந்த பிறகு ஆறு மணிக்குத் தான் படுப்பேன். கண் அயரும்போது யாராவது தலைவர்கள் வந்து எழுப்புவார்கள். துரோக புத்தியொன்றுமில்லை. நான் மரணத்துக்குத் துணையாக உட்கார்ந்திருக்கிறேன் என்பது அவர்களுக்குத் தெரியாதே.

அங்கே வாதப் பிரதிவாதங்களும் வெடிச் சிரிப்புமாக இருந்தது. மொத்தத்தில் ஒரு சின்ன டவுன்போல. பேச்சு சிரிப்பு ஆர்ப்பாட்டம். சில நேரங்களில் அனியன் ஜெயிலருடன் ஜெயில் சூப்பிரண்டும் வருவார். தலைவர்களிடம் பேசிவிட்டு என்னு டைய பூந்தோட்டத்துக்கு வருவார். எனக்கு மரங்களையும் செடிகளையும் மிகவும் பிடிக்கும். ஒவ்வொரு மரத்தையும் ஒவ்வொரு செடியையும் நான் நேசிக்கிறேன். நான் பேசினால் மரங்களுக்கும் செடிகளுக்கும் புரியும் என்றுகூட எனக்குத் தோன்றும். ஜெயில் சூப்பிரண்டுக்கும் இதே உணர்வுதான். நாங்கள் செடிகளைப் பற்றிப் பேசுவோம். மரங்களைப் பற்றிப் பேசுவோம். அவற்றுக்குப் போட வேண்டிய உரம், செய்ய வேண்டிய பராமரிப்புகள் எல்லாவற்றையும் பற்றிப் பேசுவோம். அப்படியே பேசிக்கொண்டு நடப்போம். ஜெயில் சூப்பிரண்டின் வீட்டில் ஆறு ரோஜாத் தொட்டிகள் இருக்கின்றன. அதெல்லாம் நான் கொடுத்து விட்டதுதான். ஜெயில் சூப்பிரண்டுடன் நான் கூட்டுச் சேர்வது என்னுடைய நண்பர்களான சில சிவப்புத்

தொப்பிகளுக்குப் பிடிக்கவில்லை. அந்த ஆளின் சிபாரிசு இல்லாமல் இங்கே வாழ முடியாதா? எதற்காக அந்த ஆளிடம் சிரித்துக் குழைந்து பேசுகிறாய்? அவர்தானே என்னுடைய

கிளாஸ்மேட்டின் முக்காலி அடியை இரண்டு டஜனாக ஆக்கினவர்? அனியன் ஜெயிலர் அந்த ஆளைவிட எத்தனையோ நல்லவர்.

சம்பவங்களின் போக்கைப் பார்த்தீர்களா? ஏதாவது ஒரு கட்சியில் சேரத்தான் வேண்டும். ஒரு பக்கத்திலும் சேராமல் சுதந்திர மனிதனாக எல்லாரையும் நேசித்து வாழ முடியாது.

நான் பெரும்பாலும் கூட்டுக்குள்ளேயே இருந்து விடுகிறேன். இல்லையென்றால் செடிகளிடமும் மரங்களிடமும் பேசிக் கொண்டு நிற்பேன். இப்படியான நேரத்தில் அனியன் ஜெயிலர் வந்து சொன்னார். அரசியல் கைதிகளையெல்லாம் விடுதலை செய்யப் போகிறார்கள்.

எல்லாருக்கும் சந்தோஷம். சிரிப்பும் ஆர்ப்பாட்டமும் கூச்சலும். எல்லாருடைய உடைகளையும் அனியன் ஜெயிலர் தருவித்துக் கொடுத்தார்.

அதைத் துவைத்து இஸ்திரி போட்டுக் காகிதத்தில் பொட்டலம் கட்டி வைத்தோம். எல்லாரும் முடிவெட்டிக்கொண் டார்கள். சவரம் செய்து கொண்டார்கள். கூட்டத்தோடு கூட்டமாக நானும் வழுக்கைத் தலையில் எளிமையாகத் தெரிகிற முடியை வெட்டி முகத்தையும் மழித்துக்கொண்டேன். மீசையை ஒழுங்குபடுத்திக்கொண்டேன். அழகனாகிவிட்டேன் என்ற நம்பிக்கையுடன் சந்தோஷப்பட்டேன்.

நாங்கள் புறப்படத் தயாரானோம்.

திருடர்களும் கொலைபாதகர்களுமான நண்பர்களிடம் விடை பெற்றுக்கொண்டேன். எல்லாருக்கும் கடிதம் போடுவ தாகவும் சொன்னேன்.

எல்லாருக்கும் புத்தகங்களை அனுப்பி வைப்பதாகவும் ஒப்புக்கொண்டேன்.

அப்படியாக விடுதலைப் பொழுதை எதிர்பார்த்திருந்தோம்.

விடுதலை செய்யச் சொல்லி உத்தரவு வந்தது.

விடுதலை செய்தார்கள்.

ஒருவனைத் தவிர. இந்த அப்பாவியை விட உத்தரவு வரவில்லை. தவறிப் போயிருக்கலாம். அனியன் ஜெயிலர் ஓடினார். சூப்பிரண்டை எனக்காக ஒரு ஸ்பெஷல் போன் செய்யவைத்தார். சரிதான். இவனை விடுதலை செய்வதற்கில்லை. நல்லது. போதுமான அளவுக்குப் பக்குவப்படாமலிருக்கலாம்.

தலைவர்கள் உற்சாகத்துடன் புறப்பட்டார்கள். ஈனோஸ் புரூட் சால்ட், காரல் மார்க்சின் காப்பிட்டல், இரண்டு சீட்டுக்கட்டுகள், ஒரு சின்ன குப்பி ஊறுகாய், பெரிய மிட்டாய் டின் நிறைய வாழைக்காய் சீவல், பெரிய மட்டையில் கட்டிய சர்க்கரை உப்பேரி, எக்கச்சக்கமான இடித்துக் கூட்டிய புகையிலை, வெற்றிலை, பாக்கு, சுண்ணாம்பு – எல்லாவற்றுக்கும் ஏக உரிமையாளானானேன்.

புன்னகையுடன் தலைவர்கள் எல்லாரும் போனார்கள். சத்தமில்லை. அசைவில்லை. ஆட்கள் கலைந்துபோன பட்டணத்தில் நான் மட்டும் தனித்து விடப்பட்டவன்போல . . . இல்லையென்றாலும் இந்தப் பெரும் உலகத்தில் தனியன்தானே. மேய விட்ட மந்தையிலிருந்து ஒரு ஆட்டை மட்டும் விடாமல் கட்டிப் போட்டிருக்கிறார்கள். எதற்காக? கசாப்புக்காகத்தான். என்னவோ பெரிய ஆபத்து வரப்போவதுபோல இருந்தது. சிரிப்பில்லை. சந்தோஷமில்லை. எதுவுமில்லை. மொத்தத்தில் மனதுக்குள் இரவும் பகலுமல்லாத நிலை . . . காரல் மார்க்சின் காப்பிட்டலை அனியன் ஜெயிலருக்குக் கொடுத்தேன். சர்க்கரை உப்பேரியை ஆஸ்பத்திரியிலிருக்கிறவர்களுக்கும் மற்ற நண்பர்களுக்கும் கொடுக்கச் சொல்லி ஒப்படைத்தேன். சீட்டுக் கட்டுகளை என்னுடைய கிளாஸ்மேட்டுக்குக் கொடுத்தேன். வெற்றிலை பாக்கைக் கஞ்சி கொண்டுவருகிற கொலைபாதகச் சீடனுக்குக் கொடுத்தேன். 1 நேந்திரக் காய் வறுவலை எல்லாருக்கும் கொஞ்சம் கொஞ்சம் கொடுத்தேன். இன்னும் அரை டின் பாக்கி. எலுமிச்சம் ஊறுகாய் முழுவதும் ஈனோஸ் ஃபுரூட் சால்ட்டும் என்னுடைய லாக்கப்பிலிருந்தன. ஒன்றிரண்டு நாள்கள் கழித்து ஈனோஸ் ஃப்ரூட் சால்ட்டை மதிலுக்கு மேலாக ஜெயிலுக்கு வெளியே வீசியெறிந்தேன். பிறகு அப்படியே பயந்து பதறி வாழ்ந்தேன்.

எல்லாமாகச் சேர்ந்து, நான் சொன்னேனே மனதுக்குச் சுகமில்லை. எனக்கு என்ன நடக்கப் போகிறது? நம்மால் மற்றவர்களுக்கு உபதேசம் செய்யமுடிகிறது. தீரத்துடன் எதிர் கொள்ளவேண்டும் – அழுதுகொண்டும் சிரித்துக்கொண்டும் – அதனால் சிரித்துக்கொண்டே சந்தியுங்கள் – என்றெல்லாம் சொல்ல முடிகிறது.

கடவுளே, என்னால் சிரிக்க முடியவில்லை. நான் மிக மிகச் சாதாரணமான மனிதன். அப்பாவி. என்னைக் காப்பாற்று. நான் என்ன செய்வேன்?

தப்பிப்பது ... என்று வைத்தால் சிறையிலிருந்து தப்பி யோடுவது. எனக்கும் வெளி உலகத்துக்கும் இடையில் இரண்டு சுவர்கள் இருக்கின்றன. ஒன்றைத் துளைத்து வெளியேறி இன்னொன்றில் ஏறி இறங்குவது. ஜெயில் வார்டர் இரவில் படுத்துத் தூங்கிக்கொண்டிருப்பார்.

காற்றும் மழையும் இடியுமுள்ள கோரமான இரவு வரட்டும்.

ஜெயிலிலிருந்து தப்புவதற்கான திட்டத்தைப் பின்வருமாறு உருவாக்கினேன். என்னுடைய சின்ன ஜெயிலின் லாக்கப் சுவர் கனமானதல்ல. அதைத் துளைபோட்டு வெளியேற என்னிடம் ஆயுதமிருக்கிறது. இரவின் தனிமையில் வெளியே இறங்கிவிடுகிறேன். அதற்கப்புறம் ஜெயிலின் உயரமான பழைய மதில். செங்கற்களால் கட்டப்பட்டது அது. இரண்டு செங்கற் களுக்கிடையில் காரையிருக்கிறது. ஒரு பத்துப் பன்னிரண்டு பெரிய ஆணிகள் வேண்டும். கருங்கல் துண்டைத் துணியில் சுற்றி சத்தம் கேட்காமல் ஆணியை அடித்து இறக்கவேண்டும். அப்படியாக மதிலின் உச்சிக்கு வந்து சேர்கிறேன். ஜமுக்காளம், போர்வை, வேட்டி, துண்டு எல்லாவற்றையும்கயிறாக்கி ஆணியில்

கட்டி மெதுவாக ஊர்ந்து தொங்கியேறி இறங்கித் தப்பிக்கலாம். திட்டம் போதும். ஆணிகள் வேண்டுமே? ஜெயில் மதிலுக்குப் பக்கத்தில் ஒரு மூலையில் ஏராளமான கக்கூஸ் பக்கெட்டுகள் துருப்பிடித்துக் கிடக்கின்றன. அவற்றின் வளைந்த பிடிகள் எந்தச் சேதமும் இல்லாமல் கிடக்கின்றன. நான் அதையெல்லாம் எடுத்து அடித்து நிமிர்த்தி ஆணிகளாக்கி ஒரு இடத்தில் பத்திரப் படுத்தினேன். முப்பது இருக்கும். பிறகு காத்திருந்தேன்.

வரட்டும். காற்றும் மழையும் இடியுமுள்ள கோரமான இரவுகள்.

அப்படியாக ஒரு பகல் வந்தது.

சிவப்புத் தொப்பிக்காரர்களான என்னுடைய சில நண்பர்களும் சீடர்களும் ஜெயில் வார்டரும் சேர்ந்து வந்தார்கள். பெண்கள் சிறை மதிலையொட்டி ஒரு காய்கறித் தோட்டம் போடப் போகிறார்களாம். வருகிறீர்களா?

இல்லை. எனக்கு எதிலும் விருப்பமில்லை. வாழ்க்கையின் வெம்மையும் வெளிச்சமும் போய்விட்டன. உங்க பாட்டுக்குப் போங்க. யாருக்கு வேணும் காய்கறி? காற்றும் மழையும் இடியு முள்ள கோரமான இரவுக்காகக் காத்திருக்கிறேன். என்னைத் தொந்தரவு பண்ணாதீங்க.

ஆனால் அவர்கள் விடவில்லை. சும்மா எதுக்காக சாமியார் போல உட்கார்ந்திருக்கீங்க. இருண்ட குகைக்குள்ளே தியானம் செய்த சாமியார்தான் நான்.

நானும் போனேன். நானும் ஒத்தாசை செய்தேன். நாங்கள் தோட்டம் போட்டோம். அப்போது ஒரு நண்பன் ஒரு வினோ தத்தைக் காட்டிக் கொடுத்தான். சிவந்த மதிலின் கீழ்ப்பகுதியில் அப்பள வடிவத்தில் சிமிண்டு பூசி அடைத்த ஒரு கறுப்பு வட்டம்.

முன்பு அது சுமாரான பெரிய ஓட்டையாக இருந்திருக்கிறது. அநேக மணி நேரங்கள், அநேக நாட்கள், அநேக மாதங்கள் அநேக ஆண்களின் காதல் ததும்பிய நிமிடங்களின் உழைப்பு அந்தத் துவாரம்.

ப்ச. அப்படியே இருக்கிறது. நாட்களாக... மாதங்களாக... வருடங்களாக அப்படியே இருக்கிறது. ஜெயில் கைதிகள் எல்லாரும் கனவான்களாகவும் கீழ்ப்படிதலுள்ளவர்களாகவும் இருந்தார்கள்.

அந்த ஓட்டை வழியாக ஆண் ஜெயிலும் பெண் ஜெயிலும் நேருக்கு நேர் பார்த்திருந்தன. முகத்தைப் பார்த்தன. குரலைக் கேட்டன. மணம் முகர்ந்திருந்தன. சந்தோஷம்.

பெண்ணின் மணம் அதன் வழியாக ஆண் ஜெயிலுக்குள் பரவியிருந்தது. பரம சுகம். திருப்தி.

இது ரொம்பப் பத்திரமான ரகசியமாக இருக்கவில்லை. பார்க்கவில்லை ... கேட்கவில்லை என்று போய்க்கொண்டிருந்தது சம்பவம். வேண்டுமென்றால் இங்கே ஒரு உயரமான பீடத்தில் உட்கார்ந்துகொண்டு ஒழுக்கத்தைப் பற்றியும் பண்பாட்டைப் பற்றியும் சொற்பொழிவுகள் நடத்தலாம். வாய் ஓயாமல் உபதேசம் பண்ணலாம். சும்மா ... போ.

ஆனால், எல்லாக் குணங்களின் நிறைவான மகாத்மாவே, நாங்கள் காம குரோதங்களுள்ள வெறும் மனிதர்கள். ஏராளமான பலவீனங்கள் எங்களுக்குண்டு. எங்களிடம் கருணை காட்டு வாயாக. ஆண் பெண் ஈர்ப்பு கடவுளின் வரம். மறந்து விடா தீர்கள். ஈர்ப்பு. கடவுளின் திவ்வியமான சக உனர்வுடன் மட்டுமே நீங்கள் எங்களைப் பார்க்க வேண்டும்.

பார்த்தார்கள். எல்லாரும் பார்த்தார்கள்.

ஆனால் குசாண்ட வார்டர் இங்கே ஒரு நல்ல வியாபாரத் தையும் பார்த்தார். அந்த ஓட்டை வழியாகப் பார்ப்பதற்குச் சிறிய கட்டணத்தை விதித்தார். ஒரு ஆளுக்கு ஒரு அணா.

இங்கே ஏழைகளும் பணக்காரர்களும் இருக்கிறார்கள். ஏழைகள் என்ன செய்வார்கள். காம வேட்கை எல்லாருக்கும் சமம்தானே.

என்னுடைய கிளாஸ்மேட் சொன்னான் "வார்டரே. இது சரியில்ல."

"சரியில்லேன்னா நான் இந்த ஓட்டையை அடைச் சுடுவேன்."

குசாண்ட வார்டர் பயமுறுத்தினார். அதுமட்டுமில்லாமல் சிமெண்ட் பூசி கொடூரமாக அந்த ஓட்டையை அடைக்கவும் செய்தார். அந்த சிமெண்டை ஆணின் ரத்தத்தையோ பெண்ணின் ரத்தத்தையோ ஊற்றிக் கலக்கவில்லை. ஆனாலும் நான் தலை குனிந்து சிமெண்டு பூசிய அந்த இடத்தை முகர்ந்து பார்த்தேன். பெண்ணின் மணமிருக்கிறதா?

அப்படித்தான் என்னுடைய கிளாஸ்மேட்டுக்கு நாலரை வருடத் தண்டனையும் முப்பத்தி ஆறு அடிகளும் கிடைத்தன.

நாங்கள் சந்தோஷத்துடன் காய்கறித் தோட்டம் போட் டோம். ஜெயிலில் நான் இருக்கும் பகுதி சூனியம். நானும் தூங்கி விழுகிற ஒரு வார்டரும் மட்டுமே. ஒரு பெரிய மதிலுக்குள் நான் மட்டுமே.

காலையில் காய்கறித் தோட்டத்துக்குத் தண்ணீர் விடு வதற்காக இரண்டு மூன்றுபேர் வருவார்கள். ஒரு சிறப்பு வார்டரின் பந்தோபஸ்தில் சிதிலமாகி விழுந்த பெரு நகரத்தில் நடப்பதுபோல சும்மா நடப்பேன். மௌன மூட்டம். எல்லா இடத்திலும் அமைதி. நான் நடக்கும்போது இடையில் நின்று விடுவேன். இந்த அமைதி கனக்கப் போகிறதா? சீழ்க்கையடிப் பேன். செடிகளிடமும் மரங்களிடமும் பேசுவேன். அங்கே ஏராளமான அணில்கள் இருந்தன. ஒன்றைப் பிடித்து வளர்க்கவும் முடிவு செய்தேன். விரட்டி மரத்தில் ஏறச் செய்வேன். அப்புறம் கல்லை வீசி விழவைக்கப் பார்ப்பேன்.

அப்படியாக ஒரு நாள் பெண் ஜெயிலின் மதிலுக்குப் பக்கத்தில் சீழ்க்கையடித்தபடி தனியாக நடந்துகொண்டிருந்த போது – ஒரு பெண் குரல். உலகிலேயே மிகவும் இனிமையான ஓசை. மதிலுக்கு அந்தப் பக்கமிருந்து. பெண் ஜெயிலின் பங்காக ஒரு கேள்வி.

"யாரு அங்கே சீட்டியடிக்கிறது?"

சட்டென்று சுகந்தமும் வெளிச்சமும் பரவியதுபோல இருந்தது. ஆச்சரியம். நிச்சயமாக ஆண் ஜெயிலிலிருந்தல்ல. எனக்கு உடம்பு சிலிர்த்தது. குரல்வந்த திசையைப் பார்த்தேன். தைரியமாகச் சொன்னேன் "நான்தான்" என்னுடைய தேகம் குழைந்தது. இதோ பெண்.

கொஞ்சம் சத்தமாகத்தான் பேச வேண்டியிருந்தது. அவள் மதிலுக்கு அந்தப் பக்கம். நான் இந்தப் பக்கம்.

அவள் கேட்டாள் "பேரென்ன?"

நான் பேரைச் சொன்னேன். தண்டனைக் காலம், என்னு டைய தொழில், நான் செய்ததாகச் சொல்லப்படும் ராஜத் துரோகக் குற்றம் எல்லாவற்றையும் சொன்னேன். வாழ்க்கை யில் செய்த தவறுகளைப் பற்றி அவளும் சொன்னாள்.

அவளுடைய அழகான பெயர் – நாராயணி.

அவளுடைய அழகான வயது – இருபத்திரண்டு.

அவளுக்கு எழுதவும் படிக்கவும் தெரியும். கொஞ்சம் படிப்பறிவு இருக்கிறது. பதினான்கு வருடக் கடும்காவல் தண்டனை. வந்து ஒரு வருடமாகிறது. சந்தோஷமில்லாத ஒரு வருடம்.

நான் சொன்னேன் "நாராயணி, நாம ரண்டு பேரும் ஒண்ணாத்தான் ஜெயிலுக்குள்ளே வந்திருக்கோம்."

"அப்படியா?" நீண்ட நேரம் அமைதியாக இருந்தாள். பிறகு கேட்டாள் "எனக்கு ஒரு ரோஜாச் செடி குடுப்பீங்களா?"

நான் கேட்டேன் "இங்கே ரோஜாச் செடியிருக்குன்னு நாராயணிக்கு எப்படித் தெரியும்?"

நாராயணி சொன்னாள் "ஜெயிலாச்சே! இங்கே ரகசிய மொண்ணுமில்லே... எல்லாருக்கும் தெரியும்."

அவள் சொன்னதைக் கேட்டீர்களா? ரகசியமொன்று மில்லையாம். எனக்குப் பெண்கள் ஜெயிலைப் பற்றி என்ன தெரியும்? அங்கே இருக்கும் பெண்களைப் பற்றி என்ன தெரியும்?

நாராயணி மறுபடியும் கேட்டாள் "ஒரு ரோஜாச்செடியக் குடுப்பீங்களா?"

"நாராயணீ" நான் இதயம் பிய்ந்து போகிற சக்தியுடன் உரக்கக் கத்தினேன்.

"இந்த புவனத்திலிருக்கிற எல்லா ரோஜாச் செடிகளையும் உனக்குத் தர்றேன்."

ஆயிரக்கணக்கான தங்கமணிகள் குலுங்குவதுபோல நாராயணி சிரித்தாள். அதைக் கேட்டபோது என்னுடைய இதயம் நூறாயிரக்கணக்கான சிறு துண்டுகளாகச் சிதறியது போல இருந்தது.

அவள் சொன்னாள் "ஒண்ணு போதும். ஒண்ணே யொண்ணு போதும். தருவீங்களா?"

அவள் கேட்பதைப் பார்த்தீர்களா? ஒண்ணேயொண்ணு தருவீங்களா? நாராயணியை என்ன செய்யலாம்? கட்டிப்

பிடித்து நெருக்கி முத்தமிட்டு மூச்சுத் திணறவைக்கலாம். பின்னே என்ன ?

"நாராயணி" நான் கூப்பிட்டுச் சொன்னேன். "அங்கேயே நில்லு. இப்போதே ஒண்ணைக் கொண்டுவர்றேன், கேட்டியா?"

"கேட்குது" என்றாள் நாராயணி.

நான் ஓடினேன். அப்போது என்னைப் பார்த்த அணில் பிள்ளைகளெல்லாம் ஓடிப் போய் மரங்களில் ஏறிக்கொண்டன.

"ஏண்டா, மடப்பசங்களா? படுக்கூசுகளா? ஓடிப்போயி மரத்திலே ஏர்றீங்க? சும்மா இறங்கி இங்கேயெல்லாம் நடங்க."

சொல்லிவிட்டு ஓடிப்போய் ரோஜாத் தோட்டத்தின் நடுவில் நின்றேன். ஆச்சரியம். பூக்களெல்லாம் புதுப் புன்னகையுடன் வெயிலில் குளித்து நிற்கின்றன. மிகவும் அழகானதும் நிறைய கிளைகளுள்ளதுமான ரோஜாச் செடியை வேர்கள் அறுந்து போகாமல் சேனைக்கிழங்கைப்போலச் சுற்றியிருக்கும் மண்ணோடு சேர்த்தெடுத்தேன். அடிப் பாகத்தை ஒரு சாக்குத் துண்டால் பத்திரமாக இறுக்கிக் கட்டினேன். கிளைகளையெல்லாம் ஒதுக்கிக் கட்டினேன். அப்புறம் மதில் அருகில் ஓடிப் போய் நின்றேன்.

"நாராயணீ" என்று கூப்பிட்டேன்.

யாரும் கேட்கவில்லை. அவள் போய்விட்டாளா? அடே . . .

"நாராயணீ" நான் மறுபடியும் கூப்பிட்டேன். அப்போது ஒரு சிரிப்பு. அப்புறம் "என்னா ?"

நான் கேட்டேன் "நான் கூப்பிடப்போ எங்கே இருந்தே?"

"இங்கேயேதான் இருந்தேன்."

"அப்புறம் ?"

"நான் பேசாம ஒளிஞ்சு நின்னிட்டிருந்தேன்."

"கள்ளி"

அவள் சிரித்தாள். அவள் கேட்டாள் "ரோஜாச் செடியக் கொண்டுவந்தீங்களா ?"

நான் பேசவில்லை. ஏனென்றால் நான் முத்தமிட்டுக்கொண்டிருந்தேன். ஒவ்வொரு ரோஜாப் பூவையும். ஒவ்வொரு மொட்டையும். ஒவ்வொரு தளிரையும்.

நாராயணி என்னுடைய பெயரைச் சொல்லிக் கூப்பிட்டாள்.

நான் பேசவில்லை.

நான் முத்தமிட்டுக்கொண்டிருந்தேன். ஒவ்வொரு முள்ளையும். ஒவ்வொரு கிளையையும். மறுபடியும் நாராயணி பதற்றத்தோடு என் பெயரை சொல்லிக் கூப்பிட்டாள்.

நான் அழைப்பைக் கேட்டேன்.

அப்போது நாராயணி பதற்றத்துடன் சொன்னாள். "இத்தனை அன்போடே கடவுளைக் கூப்பிட்டிருந்தா . . ."

நான் கேட்டேன் "கூப்பிட்டிருந்தா ?"

அவள் அலுத்துக்கொண்டாள் "அன்போடே கூப்பிட்டிருந்தான்னுதான் சொன்னேன்."

"அன்போடே கூப்பிட்டிருந்தா . . ."

"கடவுள் என் முன்னாலே வந்திருப்பார்" என்றாள் அவள்.

நான் சொன்னேன் "கடவுள் யார் முன்னாலேயும் வர மாட்டார். கடவுள் நமக்குப் பக்கத்துலதான் இருக்கார். பிரபஞ்சங்களான பிரபஞ்சங்களின் வெளிச்சம்; சைதன்னியம் . . . நாராயணீ . . . உன் முன்னாலே வரவேண்டியது நானில்லையா ?"

"நான் கூப்பிட்டும் பின்னே ஏன் இத்தனை நேரம் கேக்காம இருந்தீங்க ?"

நான் சொன்னேன். "நான் முத்தம் குடுத்துகிட்டிருந்தேன்."

"மதிலையா ?"

"இல்லே."

"அப்புறம் ?"

"ஒவ்வொரு ரோஜாப் பூவுக்கும். ஒவ்வொரு கிளைக்கும். ஒவ்வொரு துளிருக்கும்."

நாராயணி சொன்னாள் "கடவுளே, எனக்கு அழுகை வருது."

நான் கூப்பிட்டேன் "நாராயணீ . . ."

"ம்ஹூம்"

"அடியிலேருக்கிற கட்டை அவிழ்க்கக் கூடாது. ஒரு குழி தோண்டி கடவுள் பேரைச் சொல்லி அதில் நடணும். அப்புறம் மண்ணுபோட்டுத் தண்ணீர் ஊத்தணும். கேக்குதா ?"

"கேக்குது."

நான் சொன்னேன் "அப்படீன்னா இதோ வருது."

சேர்த்துக் கட்டி வைத்த செடியை உச்சியைப் பிடித்துத் தூக்கி பெரும் மதிலுக்கு அந்தப் பக்கமாக வீசினேன்.

"கெடச்சுதா?"

"கடவுளே" ஒரு மகா சாம்ராஜ்ஜியம் கிடைத்த சந்தோஷத் துடன் நாராயணி சொன்னாள் "கெடச்சுது."

நான் சொன்னேன் "கம்புகள்லேருக்கிற கட்டை அவுக் கணும்."

"அவுக்கிறேன்" என்றாள். "நான் பூவையெல்லாம் பறிச்சு எடுத்து வெக்கப் போறேன்."

"எங்கே, கொண்டையிலேயா?"

"இல்ல."

"பின்னே?"

"இதயத்துக்குள்ளே... ஜாக்கெட்டுக்குள்ளே..."

அதில் என்னுடைய முத்தங்கள் இருக்கின்றன. நான் மதிலில் சாய்ந்து நின்றேன். மதிலை மெதுவாகத் தடவினேன்.

நாராயணி சொன்னாள் "நான் நட்டுவெச்சு தண்ணி ஊத்தீட்டு வர்றேன். எப்பவும் மதிலுக்கு மேலே பாருங்க, நான் வர்றப்போ ஒரு காஞ்ச கம்பை மதிலுக்கு மேலே வீசுவேன். பார்த்ததும் வருவீங்க இல்லியா?"

நான் சொன்னேன் "வருவேன்."

ஒரு அழுகைபோல "என்னோட தெய்வமே."

"என்னாச்சு நாராயணி?"

நாராயணி சொன்னாள் "எனக்கு அழுகையா வருது."

நான் கேட்டேன் "என்ன காரணம்?"

நாராயணி சொன்னாள் "தெரியல."

நான் சொன்னேன் "நாராயணி போயி நட்டுவெச்சுட்டு வா."

"நான் காஞ்ச கம்பை வீசுவேன்."

"நான் அதைப் பாத்துகிட்டிருப்பேன்."

"பாத்ததும் வருவீங்களா?"

"வருவேன்."

நான் என்னுடைய லாக்கப்புக்குப் போனேன். அசுத் தத்தின் கிடங்கு. நான் அதையெல்லாம் கூட்டிப் பெருக்கிச் சுத்தம் செய்தேன். நீண்ட காலமாக உதறிப் போடாமலிருந்த படுக்கையை உதறி விரித்தேன். மொத்தத்தில் லாக்கப்புக்குளே ஒழுங்கையும் அழகையும் கொண்டுவந்தேன். பிறகு தூரத்து மதிலுக்கு மேலாக ஆகாயத்தைப் பார்த்து உட்கார்ந்தேன். காய்ந்த கம்பு உயர்ந்தெழுவதைப் பார்க்கவில்லை. கடவுளே, நாராயணி என்னுடைய காரியத்தை மறந்துவிட்டாளா?

காய்ந்த கம்பு ஆகாயத்தில் உயராது என்று யோசித்த போது – பிரபஞ்சமே, ஓர் அழகான காட்சி.

ஒரு காய்ந்த கிளை ஆகாயத்தில் உயர்கிறது. நான் நகர வில்லை. கிளை மறுபடியும் உயர்ந்தது. நான் நகரவில்லை. கிளை மறுபடியும் உயர்ந்தது. நான் அசைந்தேன். பாய்ந்து ஓடினேன். ஏராளமான அணில்கள் உயிருக்குப் பயந்து மரங் களில் பாய்ந்து ஏறி என்னைக் கணக்கில்லாமல் வசைபாடின.

நான் கூப்பிட்டேன் "நாராயணீ."

மதிலுக்கு அந்தப் பக்கம் நிசப்தம். நான் மறுபடியும் கூப்பிட்டேன். கடைசியில் கோபத்துடன் அவள் கூப்பாட்டைக் கேட்டாள். "என்னா? என்ன வேணும்?"

"ஓ"

நாராயணி சொன்னாள் "இல்லாமப் பின்னே, கம்பை வீசி வீசிக் கையோட முட்டியே பேந்து போச்சு."

வைக்கம் முகம்மது பஷீர்

நான் சொன்னேன் "நான் தடவி சரி பண்ணிடறேன்."

அவள் சொன்னாள் "இந்தாங்க கை. தடவி சரி பண்ணுங்க. நான் மதிலோட சேத்து வெச்சிருக்கேன்."

நான் சொன்னேன் "நான் மதிலத் தடவுறேன். முத்தம் குடுக்கிறேன்."

அவள் சொன்னாள் "நான் மதிலோட மாரைச் சேத்து வெச்சு இறுக்கமா முத்தம் குடுக்கிறேன்."

நான் கேட்டேன் "நாராயணி, அங்கே எத்தனை பெண்ணுங்க இருக்காங்க?"

நாராயணி சிரித்தாள். சொன்னாள் "நான் மட்டுந்தான்."

"திருட்டுப் பெண்ணே, உண்மையைச் சொல்லு. எத்தனையிருக்கு?"

"நெறைய இருக்கு. எல்லாம் கெழவிங்க."

"எத்தனை?"

"எம்பத்தியேழு"

"அழகிங்க எத்தனை? கிழவிங்க எத்தனை?"

நாராயணி சொன்னாள் "ஒரு அழகியும் எம்பத்தியாறு படுகிழவிங்களும்."

நான் தோற்றுப் போனேன். நான் கேட்டேன் "உங்க ஜெயிலிலே ரோஜாச் செடியில்லையா?"

"இல்ல" என்றாள் நாராயணி.

"ஒண்ணுமில்ல . . . நான் . . . கேக்குறீங்களா?"

"கேட்டுட்டிருக்கேன்."

"நாளைக்கு . . . பஜாரா* வறுத்துப் பொடி பண்ணுனது . . . ஒரு பையில போட்டு வீசியெறியறேன் . . . வெல்லம் போட்டுத் தின்னணும் தின்னுவீங்களா?"

"தின்பேன்."

"இல்ல" நாராயணி முடிவாகச் சொன்னாள். "வீசியெறிஞ்சிருவீங்க."

"நானா? ஒரு துணுக்குக்கூட வீணடிக்க மாட்டேன்" என்றேன் நான்,

---

* பஜாரா – சோளம், சாமை தானியங்கள்

நாராயணி கேட்டாள் "முகம் எப்பிடியிருக்கும்?"

"கொஞ்சம் நீளமா வெளுப்பாயிருக்கும். முடி கிராப்படிச்சிருக்கேன். லேசான வழுக்கையிருக்கும்."

"கண்ணுங்க?"

"ஒரு மாதிரி சின்னதா ஆனைக்கண்ணு" நான் சொன்னேன் . . .

"என்னோடது பெரிய ஆனைக்கண்ணுங்க . . . நெஞ்சு?"

"கொஞ்சம் அகலமானது."

நாராயணி சொன்னாள் "என்னொட நெஞ்சும் அகலமானதுதான். இடுப்பு?"

நான் சொன்னேன் "என்னோட இடுப்பு ஒடுங்கினது."

நாராயணி சொன்னாள் "என்னோட இடுப்பு எப்படியா? சொல்ல மனசில்ல."

நான் சொன்னேன் "பீப்பாய் மாதிரி . . ."

நாராயணி சின்னதாக அலறினாள். அவள் சொன்னாள் "எனக்கு உங்களைக் கிள்ளிக் காயம் பண்ணிக் கடிச்சுத் தின்னத் தோணுது."

"நாராயணீ."

"என்னவாம்?"

"நெறமென்ன?"

"எதோட நெறம்?"

"அழகான உன்முகத்தோட . . ."

"கொஞ்சம் வெளுப்புதான்."

நான் கூப்பிட்டேன் "நாராயணீ."

"என்னவாம்?"

"பெண்ணோட மணம் எனக்கு அனுபவமாச்சு . . ."

"இப்பவா? அய்யோ."

நான் சொன்னேன் "இப்போவில்ல. நான் இந்த ஜெயிலுக்கு வந்து இங்கே நுழஞ்சபோது"

அவள் கேட்டாள் "அது எங்கேருந்து? என்னோட தாயிருக்குமோ?"

"எனக்குத் தெரியாது."

அவள் கேட்டாள் "ஆம்பிளை உடம்பு மணம் . . . உங்க மணம் எப்படியிருக்கும்?"

நான் சொன்னேன் "எனக்குத் தெரியாது . . . நாராயணி . . . உன்னுடைய உடம்போட அந்த மணம் . . ."

நான் நாசித் துவாரங்களை விரித்து வலுவாக உறிஞ்சினேன். அவளுக்குச் சத்தம் கேட்டிருக்குமா? நாராயணி கேட்டாள் "வருதா?"

நான் சொன்னென் "இல்ல."

நாராயணி சொன்னாள் "எனக்கும் வரல. அசட்டு மதில்."

நான் கேட்டேன். "நாராயணி, இந்த மதில்லே ஒரு ஓட்டை இருந்துச்சு. நீ பாத்திருக்கியா?"

நாராயணி சொன்னாள் "சிமெண்டு பூசின இடத்தைப் பாத்திருக்கேன். தொட்டுக்கூடப் பாத்திருக்கேன். நான் இங்கே வர்றதுக்கு முந்தியே அதை அடைச்சிட்டாங்க."

நான் சொன்னேன் "நான் அந்தப் பக்கத்தை மோந்து பாத்திருக்கேன்."

நாராயணி சொன்னாள் "அதை அடைச்ச வார்டரை ஒரு ஆளு அடிச்சிட்டான். அடிச்ச ஆளை முக்காலியிலே கட்டிவெச்சு அடிச்சாங்கன்னு கேள்விப்பட்டேன். ஒவ்வொரு அடியையும் இங்கேருக்கிற பெண்ணுங்க வருத்தத்தோட எண்ணு னாங்க."

நான் சொன்னேன் "முக்காலியில் கட்டிவெச்சு முப்பத்தி யாறு அடி. இங்கேருக்கிற ஆம்பிளைங்களும் அதை வருத்தத் தோட எண்ணுனாங்க."

நாராயணி சொன்னாள் "கஷ்டமாப் போச்சு."

நான் சொன்னேன் "அடி வாங்குன ஆளு என்னோட கிளாஸ்மேட்டாக்கும். எங்க ஊர்க்காரன்."

"உண்மையாவா?"

"உண்மை."

அப்படியாக மதிலின் மேலிருந்து நீளவாக்கில் உருண்ட வெள்ளையான ஒரு துணிப்பை வந்தது. பஜாரா வறுத்துப் பொடித்தது. உப்புபோட்டுப் பொடி செய்த மிளகாயும் வந்தது. எலுமிச்சை ஊறுகாய் போனது. நேத்திரங்காய் வறுவலும் டப்பாவோடு போனது.

நாராயணி கேட்டாள் "நான் . . . இந்த . . . வறுவலை . . . எல்லாருக்கும் ஒவ்வொண்ணு குடுக்கட்டுமா?"

நான் சொன்னேன் "என் பேரையும் உன் பேரையும் சொல்லி எல்லாருக்கும் கொடு."

நாராயணி கேட்டாள் "என்னை . . . என்னை மட்டும் நேசிப்பீங்களா?"

நான் கேட்டேன் "அதென்ன நாராயணி, இத்தனை சந்தேகம்?"

நாராயணி கொஞ்சம் வருத்தத்துடன் சொன்னாள் "இங்கே . . . என்னைவிட அழகானவங்க இருக்காங்க. நான் அவ்வளவொண்ணும் அழகில்ல."

நான் சொன்னேன் "நானும் அழகனொண்ணுமில்ல."

அவள் சொன்னாள் "ஒரு தடவ பாக்கணும்."

நான் சொன்னேன் "எனக்கும் ஒரு தடவ பாக்கணும்."

அவள் சொன்னாள் "என்னோட தெய்வமே, நான் இன்னைக்கு ராத்திரி படுத்து அழுவேன்."

காற்றும் மழையும் இடியுமுள்ள கோரமான இரவு வந்தது. வெளிச்சத்தில் மூழ்கிய இரும்புக் கம்பிக் கூட்டில் உட்கார்ந்து கொண்டிருக்கிறேன். கண்ணாடிக் கம்பிகள்போல மழை நீர் விழுந்துகொண்டிருக்கிறது. சரல் கற்களை வாரி வீசுவதுபோல விழுந்து கொண்டிருக்கிறது. கடவுளின் வரம். மழை பெய்யட்டும். புயற்காற்றே, வீசியடி. ஆனால் மரங்கள் எதையும் பிடிங்கி விடாதே. மேகங்களே, மெதுவாக . . . மெதுவாகக் கர்ஜனை செய்யுங்கள். உங்களுடைய இந்தக் கோரமான ஆர்ப்பாட்டத்தைக் கேட்டால் பெண்கள் பயந்து போவார்கள். மெதுவாக . . . மெதுவாக.

பொழுது விடிந்தது. வார்டர் வந்து விளக்கணைத்து விட்டுக் கதவைத் திறந்தார். நான் வெலியிலிறங்கினேன். கழுவிச் சுத்த மாக்கிய புதிய உலகம். ஜெயிலிலிருந்து தப்புவது நல்லதல்ல என்று அப்போது எனக்குத் தோன்றியது. இவ்வளவு கஷடப் பட்டு ஜெயிலிலிருந்து தப்பி வெளியில் போய் என்ன செய்ய? வெளியில் என்று சொல்லுவதும் பெரிய ஜெயிலைத்தான். இல்லையா?

காற்றும் மழையும் இடி அதிர்ச்சியும் மின்னலுமுள்ள கோரமான இரவுகள் இன்னும் வரும். ஆனால், அதர்மம். நான் அந்தப் பெரிய ஆணிகளைப் பத்திரப்படுத்தியிருந்த இடத்தையே மறந்துவிட்டேன். சுருக்கமாகச் சொன்னால்

ஜெயிலிலிருந்து தப்புவது அதர்மம் என்ற ஞானோதயம் ஏற்பட்டது.

மதிலுக்கு ரத்தமும் சதையும் இருக்காது. ஆனால் அதற்கு ஆத்மா உண்டாகியிருக்கும் இல்லையா என்ற சந்தேகம் வந்தது. மதில் பலவற்றையும் பார்த்தது. பலவற்றையும் கேட்டது.

வறுத்த கருவாடு, பொரித்த ஈரல், முட்டை, ரொட்டி பலவும் மதிலைத் தாண்டி அந்தப் பக்கம் போயின.

ஒருநாள் பார்க்கும்போது மதிலின் மேல் ஒரு அணில் உட்கார்ந்துகொண்டிருக்கிறது. அது என்னையே பார்த்துக் கொண்டிருக்கிறது. நான் சொன்னேன், "அங்கேயிருந்து எறங்கிப் போடா கள்ளப் படுக்கூசே. உனக்கு வெட்கமில்லே?"

நாராயணி கேட்டாள் "யாரைத் திட்டிக்கிட்டிருக்கீங்க?"

நான் சொன்னேன் "ஒரு அணிலை. அது மதில்மேல உட்கார்ந்து நம்மையே கவனிச்சிட்டிருக்கு. திருடன்."

"அங்கேயே உட்காரட்டும்" என்றாள் நாராயணி.

நான் சொன்னேன் "அது என்னைக் கேலிபண்ண வந்திருக்கு. அதையும் அதோட சொந்தக்காரங்களையும் நான் விரட்டியிருக்கேன்."

நான் கொஞ்சம் சரற் கற்களை எடுத்து வீசினேன். அணில் ஓடிப்போனது.

ஊடல் கலந்த வேதனையுடன் நாராயணி சொன்னாள் "பாருங்க, கல்லு என்னோட முலைமேலே வந்து விழுந்துடுச்சு."

நான் கேட்டேன் "வலிச்சுதா?"

நாராயணி சொன்னாள் "நாம ஒரு தடவை பாத்துக்கிறதுக்கு என்ன வழி?"

நான் சொன்னேன் "எனக்கு ஒரு வழியும் தெரியல."

நாராயணி சொன்னாள் "நான் இன்னைக்கு ராத்திரி படுத்து அதை நெனைச்சு அழுவேன்."

நானும் அன்று இரவு படுத்துக்கொண்டு யோசித்தேன். கனவு கண்டேன்.

இரவுகள் பகல்கள் அப்படியே நகர்ந்தன.

"நான் ஆசுபத்திரிக்கு வரப் பாக்கிறேன்" ஒருநாள் நாராயணி சொன்னாள். "முடியுமானா என்னைப் பாக்க ஆசுபத்திரிக்கு வருவீங்களா? தூரத்திலே நின்னாவது ஒருதடவை பாத்தாப் போதும்."

நான் சொன்னேன் "நான் ஓடி வந்து கட்டிப்பிடிச்சு முத்தம் குடுப்பேன். முகத்திலயும் கழுத்திலயும் முலைகள்லேயும் நாபியிலேயும்?"

"என்னைப் பாத்தா எப்படித் தெரியும்?" அவள் கேட்டாள்.

நான் சொன்னேன் "முகத்தைப் பாத்தாலே தெரியும்."

"என்னோட வலது கன்னத்துல கறுப்பா ஒரு மச்சமிருக்கு. அதைப் பாப்பீங்களா?" என்றாள் நாராயணி.

அந்தக் கறுப்பு மச்சத்தில் துறுதுறுவென்று நான் முத்தமிட வேண்டும்.

"வராம இருந்திரக் கூடாது. என் கூட வேறே பெண்ணுங்களும் இருப்பாங்க."

நான் சொன்னேன் "நான் தனியாத்தான் இருப்பேன். என்னோட தலையில் தொப்பி இருக்காது. கொஞ்சம் வழுக்கை. கையில் ஒரு சிவப்பு ரோஜாப்பூ வெச்சிருப்பேன்."

"நான் அதைப் பாப்பேன்."

"ஆசுபத்திரி ஆர்டர்லி என்னோட பழைய சிநேகிதன்."

"அது எனக்கும் தோணிச்சு."

"எப்படி?"

"முட்டை, ஈரல், ரொட்டி. நான் செத்துப்போனா என்னைப் பத்தி நெனைப்பீங்களா?"

"ரோஜாச் செடி இன்னும் வேணுமா? இங்க நெறைய இருக்கு."

"வேண்டாம். குடுத்ததிலேருந்தே நான் ஒரு பூந்தோட்டம் போட ஆரம்பிச்சுட்டேன் ... நான் செத்துபோனா என்னைப் பத்தி நெனைப்பீங்களா?"

"பிரியமான நாராயணீ ... சாவைப் பத்தி எதுவும் சொல்ல முடியாது. யாரு, எப்போ, எங்கே சாவாங்கன்னு கடவுளுக்கு மட்டுந்தான் தெரியும். முதல்லெ செத்துப் போறது நானாத்தான் இருப்பேன்."

"இல்ல, நாந்தான். என்னை நெனைப்பீங்களா?"

நான் சொன்னேன் "நெனைப்பேன்."

"எப்படி? என்னோட தெய்வமே ... நீங்க என்னை எப்படி நெனைப்பீங்க? நீங்க என்னைப் பாத்ததில்ல. தொட்டதில்ல. அப்புறமெப்படி நெனைப்பீங்க?"

நாராயணி கேட்டாள்.

“நாராயணியோட அடையாளம் இந்தப் பூமியிலே எங்குமிருக்கிறது.”

வேதனையுடன் கேட்டாள் நாராயணி “பூமியிலே எங்கேயுமா? நீங்க எதுக்காக முகஸ்துதி பண்றீங்க?”

நான் சொன்னேன் “நாராயணீ . . . முகஸ்துதியொண்ணுமில்ல. பரம சத்தியம். மதில்கள் . . . மதில்கள் . . .”

நான் மதிலைப் பார்த்துக்கொண்டு நின்றேன். அந்தப் பக்கம் நிசப்தமாக இருந்தது. நீண்ட நேரம் கழித்து நாராயணி கேட்டாள். “நான் வாய் விட்டு அழட்டுமா?”

நான் சொன்னேன் “இப்போ வேண்டாம். நெனச்சுப் பாத்து ராத்திரி அழுதுக்கோ.”

நீண்ட நேர மௌனத்துக்குப் பிறகு நாராயணி சொன்னாள் “ஆசுபத்திரியிலே என்னைக்குப் பாக்கலாம்னு நான் நாளைக்குச் சொல்றேன்.”

ஏக்கத்துடன் நாங்கள் பிரிந்தோம். இரவு வந்தது. விளக்கு எரிந்தது. வார்டர் வந்தார். விளக்கை அணைத்தார். கதவு திறந்தது. நான் வெளியே வந்தேன். பல் துலக்கல், கசரத், குளியல் எல்லாவற்றையும் சீக்கிரமாக முடித்தேன். சாப்பிடுவதாகப் பேர் பண்ணினேன். சக்கியில் ஒரு பீடியைப் பற்றவைத்தேன். அப்படியே புகை விட்டுக்கொண்டு உட்கார்ந்திருந்தேன். அனியன் ஜெயிலர் குசலம் விசாரிப்பதற்காக வந்தார். அப்போது மதிலுக்கு மேலே நீல ஆகாயத்தில் காய்ந்த கம்பு உயர்ந்தது.

நான் உட்கார்ந்தவாக்கில் வியர்த்தேன். நான் உட்கார்ந்து புகைந்தேன். என்ன செய்வது?

அப்பாடா, கடைசியில் அனியன் ஜெயிலர் போனார். நான் ஓடினேன்.

“நாராயணீ”

“ஹாங்?”

“என்ன?”

நாராயணி சொன்னாள் “இன்னிக்குத் திங்கக்கிழமை. வியாழக்கிழமை பகல் பதினொண்ணு மணிக்கு நான் ஆசுபத்திரியில இருப்பேன். வலது கன்னத்துல மச்சம். மறக்காதீங்க?”

“ஞாபகமிருக்கு. என்னோட கையில் சிவப்பு ரோஜாப்பூ.”

“ஞாபகமிருக்கு.”

திங்கள், செவ்வாய், புதன். மத்தியானம் சாப்பிட்டுக் கண் அயர்ந்தேன். எழுந்து குளித்தேன். அப்படியிருக்கும் போது அனியன் ஜெயிலர் சிரித்துக்கொண்டு என்னுடைய ரோஜாத் தோட்டத்துக்கு வந்தார். கொஞ்சம் பூக்களைப் பறித்தெடுத்து லாக்கப்புக்குள்ளே வந்து என்னுடைய படுக்கையில் உட்கார்ந் தார்.

"பூ வேணுமா?" அனியன் ஜெயிலர் கேட்டார்.

எனக்குச் சிரிப்பு வந்தது. நான் சொன்னேன். "நானே பூங்காவனம். பூவும்."

"காயில்லையா?"

"காயும்."

அப்படியே பார்த்துக்கொண்டிருக்கும்போது மதிலுக்கு மேலே நீல ஆகாயத்தில் காய்ந்த கம்பு உயர்கிறது.

அனியன் ஜெயிலர் சொன்னார் "உங்களை நான் சாதாரண டிரஸ்ஸில் இதுவரைக்கும் பார்த்ததில்ல."

நான் சொன்னேன் "ஜிப்பாவும் வேஷ்டியும்."

துவைத்து மடித்துக் கட்டிவைத்திருந்த என்னுடைய துணிப் பொட்டலத்தை எடுத்து அவிழ்த்தார் அனியன் ஜெயிலர்.

"அழுக்காயிடும்" என்றேன்.

"இதைப் போடுங்க பாக்கலாம்."

"அழுக்காயிடும்" என்றேன்.

"அதனாலே என்ன? தொவைக்க முடியாதா?"

சரி. நான் வேஷ்டியைக் கட்டி ஜிப்பாவையும் போட்டுக் கொண்டேன்.

"எப்படி?" என்று கேட்டேன்.

"நன்றாக இருக்கிறது" மிகவும் சந்தோஷத்துடன் நாடக பாணியில் சொன்னார் அனியன் ஜெயிலர். "யூ கேன் கோ மிஸ்டர். பஷீர், யூ ஆர் ஃப்ரீ."

நான் நடுங்கிப் போனேன். என்னுடைய கண்கள் காணாமற் போயின. காதுகள் கேட்காமற் போயின. மொத்தத்தில் ஒரு திணறல். எனக்கு எதுவும் புரியவில்லை.

நான் கேட்டேன்.

"ஒய் ஷூட் ஐ பி ஃப்ரீ? ஹூ வாண்ட்ஸ் ஃப்ரீடம்?"

அனியன் ஜெயிலர் சிரித்தார். அவர் சொன்னார். "உங்களை விடுதலை செய்யச் சொல்லி உத்தரவு வந்திருக்கு. இந்த நிமிஷம் முதல் நீங்க சுதந்திரமானவர். நீங்க சுதந்திரமான உலகத்துக்குப் போகலாம்."

சுதந்திரமானவன். சுதந்திர உலகம். எது சுதந்திர உலகம். "பெரிய ஜெயிலுக்கில்லையா போகணும்? யாருக்கு வேணும் இந்தச் சுதந்திரம்?"

அனியன் ஜெயிலர் சொன்னார் "ஊருக்குப் போய்ச் சேர்றதுக்கான காசை வாங்கிகிட்டு நீங்க போகலாம். எதையாவது எடுத்துக்கணுமா?"

அவர் படுக்கையைச் சுருட்டினார். அதற்கு அடியில் ஆயுள் தண்டனைக் கைதிகள் வாசிப்பதற்காக எழுதி வைத்திருந்த 'காதல் கடிதம்' என்ற கதை இருந்தது. அவர் அதை மடித்து என்னுடைய சட்டைப் பையில் வைத்தார். வேறு சில கதைகளும் ஆயுள் தண்டனைக் கைதிகளிடம் இருந்தன. பரவாயில்லை. அனியன் ஜெயிலர் சந்தோஷத்துடன் என்னுடைய கைகளைப் பிடித்து லாக்கப்புக்கு வெளியே அழைத்து வந்தார். நான் என்னுடைய ரோஜாத் தோட்டத்துக்குள்ளே போய் நின்றேன். கனவுபோல ஒரு சிவப்பு ரோஜாவைப் பறித்து முத்தமிட்டபடி பார்த்தேன்.

மதிலுக்கு மேலே நீல ஆகாயத்தில் காய்ந்த கம்பு உயர்கிறது. உயர்கிறது. உயர்கிறது.

கடவுளே!

அனியன் ஜெயிலர் என்னுடைய லாக்கப்பைப் பூட்டினார்.

சரி, நாராயணீ, மங்களம்.

ஊருக்குப் போய்ச் சேர்வதற்கான காசுடன் பெரிய ஜெயிலின் கேட் வழியாக நான் வெளியே வந்தேன். ஜெயிலின் பெரிய கதவு பயங்கரமான ஓசையுடன் எனக்குப் பின்னால் மூடியது.

நான் தனியானேன். நறுமணம் பரப்பும் சிவப்பு ரோஜா வைக் கையில் வைத்துப் பார்த்துக்கொண்டு நான் அந்தப் பெரும் பாதையில் அசைவில்லாதவனாக நீண்ட நேரம் நின்றேன்.

மங்களம். சர்வ மங்களம்.

❖

பின்னிணைப்புகள்

1. மதில்களின் பணிமனை

பழவிள ரமேசன்

வைக்கம் முகம்மது பஷீரின் 'மதில்கள்' என்ற கதையைப் பற்றி அண்மையில் வாதப்பிரதிவாதங்கள் நடந்தன. அதன் பாகமோ பிற்சேர்க்கையோ அல்ல இது.

அந்தக் கதையின் பணிமனையில் வைக்கம் முகம்மது பஷீருடன் இருந்தவன் என்ற நிலையில் சில காரியங் களை நினைவுபடுத்துகிறேன். 'கௌமுதி' வாரப் பத்திரிகை யின் 1964ஆம் ஆண்டு ஓணச் சிறப்பிதழில்தான் 'மதில்கள்' முதன்முறையாக வெளியிடப்பட்டது. அதன் படைப் பாக்கத்துக்குத் தூண்டுதலாக இருந்த சம்பவங்களையும் அந்தக் கதையை எழுத நேர்ந்த சூழ்நிலைகள் பற்றியும் ஊக்கமூட்டிய நபர்களைப் பற்றியும் உண்மைக்குப் பொருந் தாத விதத்தில் எங்கெங்கோ குறிப்பிடப்பட்டுள்ளன. அதானாலேயே உண்மையான இந்த விளக்கம் தேவை யாகிறது.

டி.கே. பரீக்குட்டி, சந்திரதாரா பானரில் தயாரித்த 'பார்கவி நிலையம்' என்ற திரைப்படத்தின் திரைக் கதையை பஷீருக்குத் தெரிந்தோ தெரியாமலோ 'கௌமுதி' ஆசிரியர் கே.பாலகிருஷ்ணன் கைப்பற்றியிருந்தார். அது 'கௌமுதி ஓணச் சிறப்பித'ழில் வெளியாகவிருக்கும் தகவலை விளம்பரம் மூலம் அறிந்து பதறிப்போன பஷீர் திருவனந்தபுரத்துக்கு வந்து 'பார்கவி நிலையம்' திரைக் கதைக்குப் பதிலாக 'கௌமுதி'க்காக எழுதித்தந்த கதைதான் 'மதில்கள்.' திருவனந்தபுரம் தம்பானூரிலுள்ள அரிஸ்டோ ஹோட்டல் அனெக்ஸில் தங்கி நான்கு

நாட்களில் எழுதி முடித்த ‘மதில்கள்’, பஷீரின் படைப்பாக்க முறையை நேரில் புரிந்துகொள்ள எங்களுக்கு வாய்ப்பளித்தது. இங்கே நாங்கள் என்று குறிப்பிடுவது முக்கியமாக, அன்று ‘கௌமுதி’யின் ஆசிரியர் குழுவிலிருந்த என்னையும் இப்போது பப்ளிக்சர்வீஸ் கமிஷன் உறுப்பினராக இருக்கும் டி.ஜே. சந்திர சூடனையுமே. ஓர் அபூர்வ பாக்கியம். இந்தக் கதையை எழுதிக் கொண்டிருந்தபோது பஷீரின் துணைவர்களாக எங்களுடனிருந்த இருவரின் பெயர்களையும் குறிப்பிட வேண்டும். அன்றைய ‘மாத்ருபூமி’ திருவனந்தபுரம் பீரோவைச் சேர்ந்த பி.சி. சுகுமாரன் நாயரையும் இன்றைய எம்.பி.ஆன வக்கம் புருஷோத்தமனின் பெயர்கள். வக்கம் புருஷோத்தமன் அன்று ஏராளமாகப் பொழுதைச் செலவிடக்கூடிய அரசியல் இல்லாத கிரிமினல் வக்கீலாக இருந்தார்.

கே.பாலகிருஷ்ணனின் திக் விஜயம்

ஓணம் சிறப்பிதழுக்கான வேலைகள் மும்முரமாக நடந்து கொண்டிருக்கின்றன. பொறுப்புகளை என்னிடமும் சந்திர சூடனிடமும் ஒப்படைத்துவிட்டு கே. பாலகிருஷ்ணன் ‘கௌமுதி’ யின் சர்வவியாபியான கே.எஸ். செல்லப்பனுடன் சிறப்பிதழுக் கான மேட்டர்களைத் தேடிப் புறப்பட்டிருந்தார். ‘கௌமுதி’க்கும் எழுத்தாளர்களுக்குமிடையிலான உறவின் துருப்புச் சீட்டு வழக்கமான இந்தப் பயணம். ஏறத்தாழக் கேரளம் முழுவதும் பரவலாகச் சுற்றுகிற பயணம். பாலகிருஷ்ணனுடன் வக்கம் புருஷோத்தமனும் பி.சி. சுகுமாரன் நாயரும் மினர்வா கிருஷ்ணன் குட்டியும் இருந்தார்கள் என்று பின்னர்தான் தெரிந்தது. இது போன்ற பயணங்களின் நிறப் பகட்டைப் பற்றி திருவனந்தபுரத் திலிருக்கும் நாங்கள் இரண்டு நாட்களுக்குப் பிறகு தெரிந்து கொள்வோம். ஒவ்வொரு இடத்திலும் பாலகிருஷ்ணன் கொடுக் கும் செக்குகள் வங்கிக்கு வருவதன் மூலம் விவரங்களைத் தெரிந்துகொள்வோம். இந்தப் பயணமும் கோலாகலமாக இருந்தது என்பதே என்னுடைய நினைவு.

அப்படியாக ஒரு வாரப் பயணத்தை முடித்துக்கொண்டு குழு திரும்பி வந்தது. யார் முகத்திலும் சொல்லிக்கொள்ளும் படியான களைப்பு இல்லை. பதிலுக்குப் பெரும் உற்சாகமும் திருப்தியும். இதென்ன என்று யோசித்துக்கொண்டு நிற்கும் போது ஒரு பொட்டலத்தை கே.எஸ். செல்லப்பனிடமிருந்து வாங்கி எங்களிடம் கொடுத்தார் கே. பாலகிருஷ்ணன்: ‘பஷீரின் ஸ்கிரிப்ட். பார்க்க வேண்டியதில்லை. இன்றைக்கே பிரஸ்ஸில் கொடுத்து தொடங்க வேண்டும்.’

‘கௌமுதி’யின் ஓணம் போனஸ் பிரச்சனை பற்றியும் ஆசிரியர் கொடுத்துவிட்டு வந்திருக்கும் செக்குகளைப் பற்றியும்

முகவாயில் கைவைத்தபடி மானேஜர் பி. பாலகிருஷ்ணன் பேசிக்கொண்டிருக்கும்போதுதான் ஆசிரியரின் வருகை. பஷீரின் மேட்டர் கையில் கிடைத்ததும் மானேஜர் எங்கள் மனதில் சுமத்தியிருந்த பாரம் பஞ்சுக் கட்டுகளாகத் தோன்றியது. கிடைத்தற்கரியது கிடைத்ததுபோல நாங்கள் இருவரும் பொட்டலத்தை அவிழ்த்துத் தாள்களைப் பகிர்ந்துகொண்டு வாசிக்கத் தொடங்கினோம்.

கொல்லத்திலிருந்து வெளியான 'பிரபாதம்' நாளிதழின் சிறப்புப் பதிப்பில் 'நீல வெளிச்சம்' என்ற பெயரில் நீண்ட காலத்துக்கு முன்னர் பஷீர் எழுதிய சிறுகதையின் திரைவடிவம் 'பார்கவி நிலையம்.' ஒளிப்பதிவாளரான ஏ. வின்சென்ட் இயக்கப் போகும் அந்தப் படத்தின் திரைக்கதைதான் இப்போது எங்கள் கையில் இருப்பது.

ஆசிரியர் சொல்லிவிட்ட பிறகு யோசிக்க எதுவுமில்லை. அந்தக் காலத்தில் படம் வெளியாகும் முன்பு பருவ இதழ்களில் திரைக்கதைகளை வெளியிடும் வழக்கமில்லை. திரைக்கதை வெளியாகிவிட்டால் படம் பார்க்க ஆட்கள் இருக்கமாட்டார்கள் என்ற நம்பிக்கை தயாரிப்பாளர்களிடையே இருந்தது. இந்தச் சங்கதி தெரிந்த எங்களுக்கு மேட்டரை பிரஸ்ஸில் கொடுக்கும்போது சில சந்தேகங்கள் ஏற்படாமலில்லை. ஆசிரியரின் பொறுப்பாயிற்றே. ஃபோர்மேன் கிருஷ்ணனிடம் மேட்டரை ஒப்படைக்கும்போது கவனித்தோம். அந்த முகத்தில் என்ன தெளிவு? புரூஃபை நாங்களே பார்ப்பதாக ஒப்புக்கொண்டோம். மனதுக்குள் பெரும் ஆசுவாசம். இனி ஒரு மேட்டரும் கிடைக்கவில்லையென்றால்கூட இந்த முறை ஓணப்பதிப்பு வெற்றிதான்.

மய்யநாடன் வாக்குறுதி

அச்சகத் தொழிலாளர்களுக்குத்தான் எங்களைவிட உற்சாகம். அப்பாவிகள். பொறுமை என்றால் என்னவென்று எனக்கு அதிகமாக உணர்த்தியவர்கள் அவர்கள்தாம். எல்லா ஆண்டும் சிறப்பிதழ்கள் வெளியாகும்வரை அவர்களுக்கு மகிழ்ச்சியின் முகம். சிறப்பிதழில் வந்த கட்டுரைகளையும் மற்ற பகுதிகளையும் பற்றி பித்துப்பிடித்துப் பேசிக்கொண்டிருப்பார்கள். சிறப்பிதழ் அச்சாகி விநியோகத்துக்குப் போய்விட்டால் போனஸ் பிரச்சனை. அதுவரைக்கும் எந்த மறுப்பும் சொல்லாதவர்கள் போராட்டத்தில் குதிப்பார்கள். சில நாட்கள் மறியல் செய்து உட்கார்ந்திருப்பார்கள். இழந்துபோன ஓர் ஓணத்தின் துக்க அனுபவத்துடன் போராட்டத்தைக் கைவிட்டு வேலைக்கு வருவார்கள். ஆசிரியரின் ஒருபோதும் நிறைவேற்றப்படாத மய்யநாட்டு வாக்குறுதியின் பேரில் போராட்டத்தைக் கைவிடு

வதுதான் வழக்கம். போனஸ் கொடுக்கப் பணமில்லாமற்போவதன் பிரதான காரணம், சிறப்பிதழுக்கான மேட்டர் சேகரிக்க ஆசிரியரும் குழுவும் நடத்தும் கேரளப் பயணந்தான் என்பது அவர்களுக்குத் தெரியும். ஆனால் இந்தப் பயணங்களுக்கான ஆயத்தங்களில் பங்கேற்பதில் அவர்களுக்குத் தயக்கமில்லை. இந்திரா பிரிண்டிங் ஒர்க்ஸ் தொழிலாளி என்றால் அவர்களில் பலரும் திருவனந்தபுரத்தில் இன்றைய தொழிற்சங்கத் தலைவர்கள்.

அப்படியாக 'பார்கவி நிலைய'த்தின் அச்சுக்கோர்ப்பும் மெய்ப்புப் பார்த்தலும் பக்கங்கள் தயாரிப்பும் பாரம் அச்சாக்கமும் நடந்துகொண்டிருந்தன. நாலு பக்கங்கள் விட்டு ஒரு ஃபாரம் அச்சிட்டோம் என்று ஞாபகம். எவ்வளவு வேகமாக வி.எம். பாலன் ஓவியங்களையும் மற்றவற்றையும் வரித்திருந்தார். பிரிண்டர்ஸ் பிளாக் உரிமையாளர் தாஸ் முதலாளி ஸ்தானத்தைக் கைவிட்டுத் தயார் செய்த பிளாக்குகளுடன் வந்திருந்தார். சிறப்பிதழில் சுமார் நாற்பது பக்கம் வரக்கூடிய மேட்டர். சிறப்பிதழில் வரவிருக்கும் 'பார்கவி நிலைய'த்துக்குச் செவிலித்துவம் கொடுக்கும் பரபரப்பிலிருந்தார் கே.எஸ். செல்லப்பன்.

அப்படியிருந்த ஒரு நாள் மாலை நானும் சந்திரசூடனும் 'பார்கவி நிலைய'த்தின் புரூஃபைப் பார்த்துக்கொண்டிருக்கிறோம். தொலைபேசி ஒலிக்கிறது. எடுத்ததும் கனத்த குரல். "நான் வைக்கம் முகம்மது பஷீர்."

திடுக்கிட்டேன். தொலைபேசியின் வாய்ப் பகுதியைக் கையால் பொத்திக்கொண்டு சூடனிடம் சொன்னேன், "அடே, பிரச்சனை, வைக்கம் முகம்மது பஷீர்."

கையை எடுத்துவிட்டுக் கேட்டேன்: "எங்கேயிருந்து அழைக்கிறீர்கள்?"

"திருவனந்தபுரத்திலிருந்துதான். இதோ, இங்கே . . ." கொஞ்ச நேரம் அமைதி. பஷீர் யாரிடமோ இடத்தை விசாரிக்கும் சத்தம். பிறகு சொன்னார்: "இங்கே பாளையத்திலிருந்து. இப்போது தான் வந்தேன். பாலன் எங்கே?"

கே. பாலகிருஷ்ணன் அப்போது ஆபீசில் இருக்கவில்லை. எங்கேயென்றும் தெரியவில்லை. நான் தொலைபேசியை சூடன் கையில் கொடுத்தேன். சூடன் சொன்னார்: "நாங்கள் உடனே ஸ்டூடியோவுக்கு வந்து அழைத்துப் போகிறோம். ஒரு பத்தே நிமிடம்."

பாலனின் சதி

பாளையத்துக்குப் போகும் டாக்சியில் உட்கார்ந்திருக்கும் போது பஷீரின் வருகை பற்றிய பதற்றங்களும் சந்தேகங்களும்

இருந்தன. எங்கள் இரண்டு பேருக்கும் பஷீரைப் பழக்கமில்லை. 'கௌமுதி'யில் எழுதிய கட்டுரைகள் மூலம் பழக்கமேற்பட்டிருந் தால் ஆயிற்று. அதையெல்லாம் அவர் வாசித்திருக்க வேண்டுமே. வருகிற நாளிதழ்களையும் மாசிகைகளையும் வாரி மூலையில் போடுவார் என்றுதானே திருமொழிகள் கேட்டிருக்கிறோம். சந்தேகத்தைப் பரிமாறிக்கொண்டிருப்பதற்கிடையில் வண்டி சிவராம் ஸ்டூடியோ முன்பாக வந்து சேர்ந்திருந்தது. மனதுக்குள் பஷீரின் உருவத்தைச் சுமந்துகொண்டு கொஞ்சம் பயத்துடனேயே வண்டியை விட்டிறங்கினோம். செய்யக் கூடாத ஏதோ வொன்றைச் செய்துவிட்டதுபோலச் சொல்ல முடியாத ஒரு பயம் எங்கள் இருவரையும் பற்றியிருந்தது. ஸ்டூடியோவில் தொலைபேசி வைத்திருக்கும் இருண்ட மூலையில் பஷீர் நின்றுகொண்டிருந்தார். அவ்வளவு தெளிவில்லாமலிருந்தது அந்த முகம்.

நாங்கள் எங்களை அறிமுகப்படுத்திக்கொண்டோம். எங்களுடைய அறிமுகத்தில் அக்கறையில்லாததுபோலக் கனத்த குரலில் பஷீர் கேட்டார்: "பாலன் எங்கே போயிருப்பதாகச் சொன்னீர்கள். அவன் எனக்கு ஒரு துரோகம் செய்துவிட்டு வந்திருக்கிறான். நான் பரீக்குட்டிக்காக எழுதிய திரைக்கதையை எடுத்துக்கொண்டு வந்தது போகட்டும். சிறப்பிதழில் வெளியிடப் போவதாக விளம்பரமும் செய்திருக்கிறான். 'கௌமுதி' வார இதழில் விளம்பரத்தைப் பார்த்த ஒருவர் நேற்று போன் செய்த போதுதான் எனக்கே தெரியும். என்ன ஆள் இவன்? பரீக்குட்டி என்னைச் சும்மா விடமாட்டார். ஸ்கிரிப்டை வாங்கிக்கொண்டு போவதற்காகத்தான் நான் வந்திருக்கிறேன். இன்றைக்கே போக வேண்டும்."

சங்கதியின் நிலவரம் எங்களுக்குப் புரிந்தது. கம்போஸ் செய்திருக்கும் விஷயத்தைத் தெரிவிக்க வேண்டாம். ஆசிரியர் வந்து பிரச்சனையைச் சரி செய்யட்டும். அதுவரை திருவுள்ளத் தின் நேரத்தைக் கடத்தும் காரியத்திலிருந்தது எங்கள் பதற்றம். ஆசிரியரை எங்கே தேட? எங்களைத் தொட அனுமதிக்காமல் ஸ்டூடியோவின் மூலைக்குப் போய் ஒரு பெரிய சூட்கேசை எடுத்துக்கொண்டு பஷீர் காரில் ஏறினார். பஷீர் இந்த இடத்துக்கு வந்த பஸ் பயணத்தைப் பற்றியும் விளம்பரம் கொடுத்திருந்தாலும் சங்கதியின் தீவிரத்தைப் புரிந்துகொண்டு ஆசிரியர் பிரச்சனை யைத் தீர்ப்பாரென்றும் சொல்லி உப்புப்பாவைச் சமாதானப் படுத்த முயன்றோம். எங்களுடைய முயற்சி பலித்ததாகத் தோன்றியது. ஓடும் வண்டியின் பக்கவாட்டில் பார்த்துக்கொண்டு அதீத காலச் சிந்தனைகளில் அலையும் மனதுடன் உட்கார்ந்து அவர் சொன்னார்: "பாலன் காரணமாக மறுபடியும் திருவனந்த புரத்துக்கு வரமுடிந்தது. பத்து இருபது வருடங்களுக்கு முன்பு

ஒரு கைதியாக திருவனந்தபுரத்துக்கு வந்திருக்கிறேன். பாலன் எங்கே கிடைப்பான்? என்ன இருந்தாலும் இந்த வட்டத்துக் குள்ளேதானே இருக்க வேண்டும்."

'கௌமுதி' அலுவலகம் போய்ச் சேர்ந்து அரை மணி நேரத்துக்குள் ஆசிரியர் எங்கே இருந்தாலும் கொண்டுவந்து அவர் முன்னிலையில் சேர்ப்பிப்பதாக ஒப்புக்கொண்டோம். அவருக்குத் திருப்தியாயிற்று. பேட்டையை நெருங்கும்போதுதான் எங்களைப் பற்றிய விவரங்களையெல்லாம் கேட்டார். எல்லாம் தெரிந்துகொண்டதும் பெருத்த சந்தோஷம்.

அற்புதமென்று சொல்ல வேண்டும், நாங்கள் 'கௌமுதி' அலுவலகத்தின் வாசலையடைந்தபோது சாட்சாத் கே. பால கிருஷ்ணன் எங்களுக்காகக் காத்து நிற்கிறார். உடன் பப்ளிக் ஹெல்த் லேப் டைரக்டர் டாக்டர் சங்கர பிள்ளையும் இருக் கிறார். எங்கள் எல்லாருடைய இளமைக் குறும்புகளுக்கும் முதுகெலும்பாக இருக்கும் அண்ணன் அவர். பப்ளிக் ஹெல்த் லேபிலிருந்த ஆசிரியர் ஏதோ தேவைக்காக அலுவலகத்தில் அழைத்தபோது காஷியர் மாமா மூலம் தகவல் தெரிந்து கொண்டார் என்று பின்னர் பேச்சிலிருந்து புரிந்துகொண் டோம். ஆபீசின் சகல இயக்கங்களும் மாமாவிடமிருந்துதான் தொடங்கியிருந்தன.

ஆசிரியர் கொஞ்சம் இறுக்கமாகத்தான் எங்களை வரவேற்றார். பஷீர் வந்திருப்பதன் நோக்கத்தை முன்பே புரிந்து கொண்டிருந்தார். தன்னைக் குற்றஞ்சாட்டும் வழிகளை அடைப் பதுதான் அந்த இறுக்கத்தின் அர்த்தமென்று அவரோடு நிரந்தரத் தொடர்புள்ள எனக்கும் சூடனுக்கும் தெரியும். பஷீரைக் காரிலிருந்து கையைப் பிடித்து இறக்குவதற்கிடையில் முகத்தைத் திருப்பிப் பக்கத்தில் நின்றிருந்த மானேஜர் பி. பாலகிருஷ்ண னிடம் இறுக்கத்தை விடாமல் ஆசிரியர் சொன்னார்: "தரமான ஓட்டலில் நல்ல வசதியான ஒரு ரூம் புக் பண்ணு. மஸ்கட்டோ அரிஸ்டோவானாலும் பரவாயில்லை."

இந்த அறிவிப்பைக் கேட்ட பஷீர், "எதற்கு? எனக்கா? முடியாது. நான் இன்றைக்கே போக வேண்டும். எர்ணாகுளத்தில் நிறைய வேலைகள் இருக்கின்றன. ஆனாலும் பாலா, நீ இப்படி ஏமாற்றிவிட்டாயே? அந்தப் பரீக்குட்டியும் வின்சென்டும் எத்தனை பேஜாராகியிருக்கிறார்கள் தெரியுமா?" என்றார்.

ஆசிரியரால் இது எதையும் கவனிக்க முடியவில்லை. டிரைவர் வெளியே எடுத்த பஷீரின் பெரிய சூட்கேசைப் பார்த்துவிட்டுச் சொன்னார்: "ஹா, இதில் கொஞ்ச காலம் திருவனந்தபுரத்தில் தங்குவதற்கான வசதியிருக்கிறதே."

இவ்வளவும் சொல்லிவிட்டுத் தன்னுடைய அறைக்கு பஷீரை அழைத்துச் செல்லும்போது ஆசிரியர் எங்களிடம் சொன்னார்: "அந்த பாலகிருஷ்ணனால் முடியாது. நீங்களும் போய் அறைக்கு ஏற்பாடு செய்யுங்கள். சீக்கிரம் செய்ய வேண்டும்."

திருவனந்தபுரத்தில் அன்று தரமான இரண்டு ஹோட்டல்கள்தான் இருந்தன. மஸ்கட்டும் அரிஸ்டோவும். அரிஸ்டோவின் அனெக்சில் சூட் வசதியுள்ள விசாலமான அறை இருந்தது. பல சமயங்களிலும் எங்களுடைய கூத்துக்களுக்கு அதுதான் இடமாக இருந்துவந்திருக்கிறது. அரிஸ்டோவில் அழைத்துக் கேட்டபோது குறிப்பிட்ட அறை கிடைத்தது. உடனே ஆள் வருவாரென்றும் ஹீட்டரை ஆன் செய்து வைக்கவேண்டுமென்றும் சொன்னோம்.

சிறப்பிதழில் சேர்த்துக்கொண்டிருக்கும் மேட்டரைத் திரும்பப் பெற்றுச் செல்வதற்காகவே பஷீர் வந்திருக்கிறார் என்பது அப்போதே பிரஸ்சிலுள்ளவர்களுக்குத் தெரிந்து போயிற்று. பிரஸ் மொத்தமும் மௌனமாயிற்று. தொழிலாளர்கள் ஒருவர்பின் ஒருவராக எங்கள் அறைக்கு வந்து விவரம் விசாரித்தார்கள். இந்திரா பிரிண்டிங் ஓர்க்ஸில் அன்று பத்து முப்பது தொழிலாளர்கள் பணிபுரிந்துகொண்டிருந்தார்கள்.

ஏற்பாடு செய்த அறையையும் பிறவற்றையும் பற்றி ஆசிரியருக்குத் தொலைபேசி மூலம் தெரிவித்தோம். அடுத்த அறிவிப்புக்காகக் காத்திருப்பதற்கு இடையிலேயே செய்ய வேண்டிய சில வேலைகளை வேகமாக முடித்தோம். பதினைந்து நிமிடங்கள் கழிந்திருக்கும். மனம் முழுவதும் ஏதோ சோர்வு. தொலைபேசி ஒலித்தது. ஆசிரியர்தான். பஷீரின் மேட்டரைச் சேர்க்கவேண்டாமென்றும் தாள்களை அடுக்கி அறைக்கு எடுத்துவர வேண்டுமென்றும் உத்தரவிட்டார். யாரையெல்லாமோ சபித்துக்கொண்டு ஃபோர்மேனிடம் உத்தரவைப் பரிமாறிக்கொண்டிருந்தபோது ஆசிரியர் வரவழைத்துக்கொண்ட வினைகளைப் பற்றி வருத்தப்பட்டோம். கரி படிந்த தாள்களை அடுக்கி எடுத்துக்கொண்டு ஆசிரியர் அறைக்குப் போனோம். எங்களுடைய முகபாவத்தைப் பார்த்தே அர்த்தம் புரிந்துகொண்டதுபோல ஆசிரியர் சொன்னார்.

"வருத்தப்பட எதுவுமில்லை. இதைவிட உக்கிரன் சாதனத்தை இங்கேயிருந்து எழுதித் தரச் சம்மதித்திருக்கிறார். அதற்கு ஒப்புக்கொண்ட பிறகுதான் மேட்டரைத் திரும்பத்தர ஒத்துக்கொண்டேன். கிருஷ்ணன் குட்டியும் புருஷோத்தமனும் சுகுவும் சதாசிவன் காண்டிராக்டரும் இங்கே வருகிறார்கள். அவர்கள் வந்த பிறகு ஹோட்டலுக்குப் போகலாம்."

நிம்மதியாயிற்று. சற்று நேரத்தில் சொன்னவர்கள் வந்து சேர்ந்தார்கள். இனி ஹோட்டலுக்குப் புறப்பட வேண்டும். பி.சி. சுகுமாரன் நாயர் மூலம் அரிஸ்டோ ஹோட்டலின் அனெக்ஸ் முழுவதையும் எங்களுக்காகக் காலிசெய்து வைக்கு மாறு ஏற்பாடு செய்தோம். இத்துடன் எங்களுடைய பொறுப்பு முடிந்தது. இனி சுகுவும் மினர்வா கிருஷ்ணன் குட்டியும் எல்லாக் காரியங்களையும் பார்த்துக்கொள்வார்கள். வந்த வேகத்திலேயே கிருஷ்ணன் குட்டியின் காமிரா பஷீரின் பல போஸ்களில் உள்ள போட்டோக்களைப் பதித்திருந்தது.

அனுபவக் கதைகள்

பஷீர் நல்ல மூடிலிருந்தார். தனது சுதந்திரப் போராட்டக் கதைகளையும் கால்நடையாகவே இந்தியா முழுவதும் நடத்திய சுற்றுப்பயணத்தைப் பற்றியும் கிளைக் கதைகளுடன் சொல்லிக் கொண்டிருந்தார். அவற்றின் கூடவே திருவனந்தபுரம் மத்திய சிறைச்சாலையில் தன்னுடைய வாழ்க்கை பற்றியும் அன்றைய சுவாரசியமான சம்பவங்கள் பற்றியும் கதையின் ஒழுங்குடனும் முறையுடனும் வெளிப்படுத்திக்கொண்டிருந்தார். சொல்லிக் கொண்டிருக்கும் இந்த விஷயங்களில் ஏதாவது ஒன்றை 'இம்மிணி வலிய ஒன்னாக்கி' (கொஞ்சம் பெரிய ஒன்றாக) தந்தால் போதும் என்றார் பாலகிருஷ்ணன். உடனிருந்த நாங்களும் அதை ஏற்றுக்கொண்டோம். நிஜாம் அரண்மனையில் நிகழ்ந்த அனுபவங்களின் பின்னணியில் அமைந்த கதையாக இருந்தால் நல்லது என்றார்கள் சிலர். அதுவல்ல, திருவனந்தபுரம் மத்திய சிறைச்சாலையின் பின்னணியில் பெண் ஜெயிலுக்கு அருகில் நிகழ்ந்தவை என்று பஷீர் ருசிகரமாகச் சொன்ன சம்பவங்கள் போதும் என்றனர் வேறு சிலர். ஆசிரியரின் அறை முழுக்க இப்போது ஆட்கள் நிரம்பியிருந்தார்கள். பஷீர் வந்திருக்கும் விவரம் கேள்விப்பட்டு 'கேரள கௌமுதி'யிலிருந்து எம்.எஸ். மணி, பி.கே. பாலகிருஷ்ணன், ஜி. வேணுகோபால் போன்றவர்களும் வந்திருந்தார்கள். இங்கே உட்கார்ந்து கால தாமதம் செய்வதை விட அரிஸ்டோவுக்குப் போவதுதான் நல்லது என்று எல்லாருக் கும் தோன்றியது. பிறகு வருகிறோம் என்ற நிபந்தனையில் என்னையும் சூடனையும் தவிர எல்லாரும் மூன்று கார் களிலாக அரிஸ்டோவுக்குப் புறப்பட்டார்கள். சேர்க்கப்பட்டு எடுத்துக் காலியான இடத்தைப் பற்றி பிரஸ்ஸில் இருப்பவர் களுடனும் ஃபோர்மேனுடனும் பேசி முடிவு செய்வதற்காகவே நாங்கள் பிரஸ்ஸில் உட்கார்ந்தோம்.

ஒரு மணி நேரம் கழிந்திருக்கும். அரிஸ்டோவிலிருந்து பி.சி.யின் தொலைபேசி அழைப்பு. பஷீர் எழுதுவதற்காக பிரஸ்ஸிலிருந்து குவார்ட்டர் ஷீட் காகிதம் வெட்டி வாங்கி

உடனடியாக அரிஸ்டோவில் சேர்ப்பிக்க வேண்டும். நாங்களும் வரவேண்டும். கூடுதல் ஆசுவாசமாக இருந்தது இப்போது. சொல்லி முடிப்பதற்குள் காகிதக் கட்டு வந்து சேர்ந்தது. ஐந்நூறு தாள்களிருக்கும். தற்போதைக்கு இது போதும். நாங்கள் அரிஸ் டோவுக்குப் போனோம்.

அங்கே போனபோது பஷீர் அறையில் இல்லை. குளிக்கப் போயிருந்தார். சுகுவும் பார்ட்டியும் ஆசிரியரின் தலைமையில் மெல்லிய 'எழுச்சி'யில் இருந்தார்கள். பக்கத்து அறையை அதற்காகவே தயார் செய்திருந்தார்கள். ஆசிரியருக்கு அடக்க முடியாத மகிழ்ச்சி. எங்களைப் பார்த்ததும் சொன்னார்: "டே, நீயெல்லாம் என்னைப் பற்றி என்ன நினைத்துக்கொண்டிருந் தாய்? உக்கிரன் சாதனம் நமக்குக் கிடைக்கப் போகிறது. பூஜைப்புரை மத்திய சிறைச்சாலையின் பின்னணியில் ஒரு உக்கிரன் சாதனம். என்னுடைய யோசனையாக்கும்."

பலவும் பேசி நேரம் போய்க்கொண்டிருந்தது. அதற்கிடையில் பஷீர் குளியலை முடித்து வந்தார். இரவு உணவு, காலையில் தேவைப்படும் விஷயங்கள் எல்லாவற்றையும் பற்றி விளக்க மாகக் கேட்டு ஏற்பாடு செய்தோம். பஷீருக்குத் துணையாக கே.எஸ். செல்லப்பனையும் என்னையும் சூடனையும் பொறுப் பாக்கினார்கள். எந்தத் தொண்டுக்கும் தயார் என்று வக்கம் புருஷோத்தமன் அறிவித்தார். சொன்னதுபோல நடந்துகொள்ள வும் செய்தார். பஷீர் திருவனந்தபுரத்தை விட்டுப் போகும் வரை அலுப்பு ஏற்படுத்தாத நண்பராகக் கூடவே இருந்தார்.

அன்றிரவே கதை எழுத ஆரம்பித்துவிட்டார் என்பது மறுநாள் காலை அரிஸ்டோவுக்குப் போனபோது புரிந்தது. எழுதிக் கிழித்த காகிதங்கள் குவியலாகக் குப்பைக் கூடையில் கிடந்தன. நேர்த்தியாக எழுதி முடித்த மூன்று நான்கு பக்கங்கள் மேஜைமீது இருந்தன. செய் குறை தீர்க்கப்பட்ட பகுதிகள். காலையில் நான் போனபோது அந்தப் பகுதிகள் முழுவதையும் வாசித்துக் கேட்கச் செய்தார். எனக்குப் பின்னால் பி.சி., கிருஷ்ணன்குட்டி, வக்கம், கே. பாலகிருஷ்ணன் என்று ஒவ்வொரு வராக வந்தார்கள். எழுத்துக்கு இடையூறு செய்யாமல் உடனே போய்விடுகிறோம் என்ற முன்னுரையுடன்தான் எல்லாரும் வந்தார்கள். வருபவர்களிடமெல்லாம் எழுதி முடித்த பகுதியை வாசித்துக் காட்டினார். முடிந்தவரை கேட்ட எல்லாருக்கும் கம்பீரமான திருப்தி. இதற்கிடையில் முந்தைய இரவு ஏற்பட்ட உன்மத்த அனுபவங்களையும் கதை வடிவத்தில் சொல்லி எங்களை ரசிக்கவைத்தார் பஷீர். ஓர் இரவு, நாங்கள் வருவதற்கு முன்பான பகலின் சிறு பொழுது – இந்த நேரத்துக்குள் ஹோட்டல் பணி யாளர்கள் அனைவரையும் தன்வசப்படுத்தியிருந்தார் பஷீர்.

கதையின் பணிமனை

சில மணிநேர இடைவெளிகளில் எங்களில் யாராவது – நானோ சூடனோ வக்கமோ கே.எஸ். செல்லப்பனோ –அங்கே போய்வந்துகொண்டிருந்தோம். ஒவ்வொரு முறை செல்லும் போதும் எழுதிய வரைக்குமான பகுதிகளை எங்களிடம் காட்டுவார். நாங்கள் அப்படிக் கேட்டிருக்கவில்லை. ஒரு தடவை போகும்போது எழுதி முடித்தவை பத்துப் பக்கங்களாக இருக்கும். பிறகு அது இருபத்தைந்து பக்கங்களாகும். இன்னொரு தடவை இந்த இருபத்தைந்து பக்கங்களும் காணாமற் போய் ஏழோ எட்டோ பக்கங்களாகச் சுருங்கியிருக்கும். இப்படி விரித்தும் சுருக்கியும் மறுபடியும் விரித்தும் எழுதும் படைப் பாக்க முறை எங்களை வியப்படைய வைத்தது. எத்தனை பிரக்ஞையுள்ள படைப்பு. இலக்கியத்தை இவ்வளவு தீவிரமாக அணுகும் ஓர் எழுத்தாளன் நம்மிடையே இல்லை என்றும், பஷீர் படைப்புகளின் அபூர்வத்தன்மைக்குக் காரணம் அசுவார சியத்தின் எல்லா ஓட்டைகளையும் அடைத்து விடும் இந்தப் படைப்பாக்க முறையே என்றும் எனக்குத் தோன்றியது. இரண்டு நாட்கள் கழிந்ததும் எழுத்தின் வேகத்துக்குத் தடையாகக் கூடாது என்று முடிந்தவரைக்கும் அந்த அறைக்குப் போகாமல் இருந்தோம். மாலை நேரங்களில் மட்டுமே போனோம். எல்லா நாட்களிலும் தினம் இரண்டு முறையாவது நலம் விசாரிப் பதற்காக ஆசிரியர் அரிஸ்டோவுக்கு வருவார். தன்னுடைய இயல்பான பொழுதுபோக்கு நிகழ்ச்சிகள் எதையும் அங்கே பிரயோகப்படுத்தவில்லை. எப்படியாவது பஷீரை ஒரு சங்கதியை எழுத வைப்பது என்ற தவத்தின் தீவிரம் ஆசிரியருக்கு. சொந்தத் தேவையாயிற்றே.

இப்படி விரித்தும் சுருக்கியும் எழுதும் பஷீரின் படைப்புச் செயல் நான்காம் நாள் மாலையோடு முற்றுப்பெற்றது. வாசித்துக் கேட்டபோது கேட்டுக்கொண்டிருந்த நாங்கள் எல்லாரும் ஆச்சரியத்தில் மூழ்கினோம். எத்தனை அபூர்வமான அழகு. இந்தக் கால அளவிலோ அண்மையிலோ இதை ஜெயிக்கக் கூடிய இன்னொரு படைப்பு உருவாகப் போவதில்லை. உருவாகும் என்றால் அதுவும் பஷீரிடமிருந்தே உருவாக வேண்டும். ‘பார்கவி நிலையம்’ திரைக்கதையைச் சேர்க்க முடியாமற் செய்த சூழ்நிலைகளை மனதால் வாழ்த்திக்கொண் டிருந்தோம்.

கேட்டுக்கொண்டிருந்தவர்களெல்லாம் மௌனிகளோ அசைவற்றவர்களோ ஆகியிருந்தார்கள். பஷீர்தான் அந்த மௌனத்தைக் கலைத்தார். குரலை உயர்த்தினார். “மரியாதைக் குரிய மகா ஜனங்களே, கதை உங்களுக்குப் பிடித்திருப்பதாகத்

தோன்றுகிறது. இதை நான் கே.பாலகிருஷ்ணன் என்ற குசு மாண்டனிடம் உங்கள் எல்லாரையும் சாட்சியாக வைத்து ஒப்படைக்கிறேன். அவன் கொண்டுபோய் என்ன வேண்டு மானலும் செய்துகொள்ளட்டும்."

கே.பாலகிருஷ்ணன் பெரும் ஆழத்தில் தலைகுனிந்து உட்கார்ந்திருந்தார். மௌனத்தின் பாரத்தைச் சுமந்து நகரு வதற்குப் பிரயாசைப்படும் நொடிகள். ஆசிரியர் இரு கைகளை யும் நீட்டி அதை வாங்கினார். ஒரு பெரும் வெற்றியின் முழுமை யான பிரகாசம் அந்த முகத்தில் இருந்தது. கைக்குழந்தையைப் போல மேட்டரை சூடனிடம் ஒப்படைத்தார். பின்னர் பஷீரின் இரு கன்னங்களிலும் முத்தமிட்டார்.

கதையைப் பெற்றுக்கொள்ளும்போது வாழ்வின் எல்லாக் காலங்களிலும் நினைத்துச் சீராட்டக் கூடிய ஒரு மகத்தான தருணம் எங்களுக்கு வசப்பட்டது. இலக்கில்லாமலும் ஆதர வில்லாமலுமிருந்த அந்தக் காலகட்டத்து வாழ்க்கையின் ஆறுதல் இதுபோன்ற தருணங்களே.

இப்போது பஷீருக்குப் புறப்பட அவசரமாயிற்று. மறுநாள் காலை சேர்ந்து எர்ணாகுளத்துக்குப் போகலாம் என்றார் ஆசிரியர். ஒருவழியாக பஷீரைச் சம்மதிக்க வைத்தார். பயணத் துக்கான ஆயத்தங்களாயிற்று அதன் பின்னர். சொன்னது போலவே மறு நாள் காலை எர்ணாகுளத்துக்குப் புறப்பட்டார் கள். துணைக்கு கே.எஸ்.செல்லப்பனும் 'மகுடு' என்ற பெயரில் ஆசிரியரின் மெய்க்காப்பாளனாக அறியப்பட்டிருந்த தங்கப் பனும் இருந்தார்கள். எங்களையும் அழைத்தார். ஆனால் சிறப்பிதழுக்குக் கிடைத்த மகா பாக்கியத்தில் மூழ்கி அதற்காக நேரத்தைச் செலவிடுவதற்காக நாங்கள் திருவனந்தபுரத் திலேயே தங்கிவிட்டோம்.

மறுநாள் பொழுது புலர்ந்ததும் ஆசிரியரும் குழுவினரும் வந்து சேர்ந்தார்கள். கே.எஸ்.செல்லப்பனிடம் பயணக் களைப்பே இல்லை. மேஜை மேல் தலை வைத்துப் படுத்திருந்த என்னைக் கூப்பிட்டு எழுப்பிச் சொன்னார். "நீங்கள் வராமலிருந்தது ஏமாற்றம்தான். அங்கே போய்ச் சேர்கிற வரைக்கும் பஷீர் உங்கள் எல்லாரையும் பற்றித்தான் பேசிக்கொண்டிருந்தார். வரும்வழியில் தகழியையும் பார்த்தோம். இரண்டு நாட்களுக்குள் மேட்டர் கிடைக்கும். ஏய், அப்புறம் வேறொரு சங்கதி. பஷீருக்கு பாலன் ஒரு செக் கொடுத்திருக்கிறார்."

இதைக் கேட்ட நொடியில் நான் உறக்கத்தின் கடைசி வேரையும் பிடுங்கியெறிந்துவிட்டுக் கேட்டேன்: "எத்தனை ரூபாய்க்கு?"

அன்றைய நிலைமை, பாலகிருஷ்ணனின் பெருந்தன்மை இரண்டின் ஆழமும் தெரியுமென்பதால் அத்துமீறி அப்படிக் கேட்டேன்.

"பிளாங்க் செக்." செல்லப்பனின் பதில். பிறகு என்னிடமாகக் கேட்டார். "பாங்கில் ஏதாவது இருக்கிறதா?" நான் என்ன சொல்ல?

இரண்டு நாட்களுக்குப் பிறகு. நடுப்பகல் பொழுது.

"இரண்டு பேரும் இங்கே வாங்க." எக்ஸ்டென்ஷன் போனில் ஆசிரியரின் கட்டளை. இரண்டு பேர் நானும் சந்திரசூடனும். என்ன ஏடாகூடமோ என்ற பதற்றத்துடன் போனோம்.

ஆசிரியரின் முகத்தில் வழக்கத்துக்கு மாறான புன்னகை. ஒரு கவரை எங்கள் முன்பாக நீட்டினார். நான் அதை வாங்கி உள்ளேயிருந்த கடிதத்தை வெளியில் எடுத்தேன். ஒரு பிளாங்க் செக்கும் அதனுடன் ஊசிகுத்திச் சேர்த்த கடிதமும். ஏதோ ருசிகரமான முகமனுடன் தொடங்கியது கடிதம். அந்த முகமன் நினைவிலில்லை. ஆனால் கடிதம் இப்படியிருந்தது:

'திருவனந்தபுரத்தில் பேட்டை என்ற மகா ராஜ்ஜியத்தில் சந்திரிகா என்ற பெண்மணி வஸ்திரம் வாங்க முடியாமல் அலைவதாக நாம் அறிகிறோம். அவளுக்கு ஒரு சாரி வாங்கிக் கொடுக்க இந்தக் கடிதத்துடன் பின் செய்து சேர்த்திருக்கும் செக்கைப் பயன்படுத்தவும்.

இப்படிக்கு
பஷீர்.'

சிறப்பிதழ் வெளியானது. 'மதில்கள்' வெளியாகியிருந்தத னால் சிறப்பிதழுக்கு உடனடியாக இரண்டாவது பதிப்பு அச்சிட வேண்டியிருந்தது. பத்திரிகைகளின் வரலாற்றில் அது ஓர் அபூர்வ நிகழ்வாக இன்றும் மிஞ்சியிருக்கிறது.

❖

2. வாக்கும் நோக்கும்

அடூர் கோபாலகிருஷ்ணன்

வைக்கம் முகம்மது பஷீரின் 'மதில்கள்' என்ற கதையின் அடிப்படையில் ஒரு படமெடுக்கவிருக்கிறேன் என்பதைத் தெரிந்துகொண்டு, பஷீரின் பெரும்பாலான படைப்புகளை ஆங்கிலத்தில் மொழிபெயர்த்திருப்பவரும் கலாரசிகரும் திரைப்படத் தயாரிப்பாளருமான வி. அப்துல்லா என்னிடம் கேட்டார்: "பெண்ணின் மணத்தை எப்படிக் காட்டுவீர்கள்?" யோசிக்க அதிக நேரமெடுத்துக்கொள்ளாமல் பதில் சொன்னேன்: "அது சினிமாவில் சாத்தியமில்லை. நான் அதற்கு முயற்சி செய்யமாட்டேன்."

அப்துல்லா திரும்பவும் சொன்னார்: "கதையில் நுட்பமான பகுதியாயிற்றே அது."

"நிச்சயமாக – மிகவும் ரசிக்கத்தகுந்ததாக எனக்கும் தோன்றியதுதான். ஆனால் மூக்கை உயர்த்திக்கொண்டு பெண்ணின் மணத்தை முகர்வதாக ஒரு நடிகர் நடித்தால் பார்ப்பவர்களுக்கு அருவருப்பாக இருக்குமே!"

"சரிதான்" என்று என்னுடன் உடன்பட்டார் அப்துல்லா.

"அப்படியானால் பிறகு..."

கதையில் அதுபோன்ற குறிப்புகளின் வேரைத் தேடுவதே சரியென்று எனக்குத் தோன்றியது.

நீதிமன்றத் தண்டனை விதிக்கப்பட்டுச் சிறைக்குக் கொண்டுவருவதற்கு முன் கேசெடுக்காமலும், கணக்கில் சேர்க்காமலும் பஷீரை நீண்ட நாட்கள் லாக்கப்பில்

அடைத்திருந்தார்கள். சின்னக் கூண்டிலிருந்து பெரிய கூண்டுக்கு மாற்றம் என்பது மட்டுமே வித்தியாசம். கதையில் பின்னர் ஏறத்தாழத் தொடர்ச்சியாகச் சொல்லப்படுகிற லாக்கப் வாழ்க்கை சினிமாவில் முதல் காட்சிக்கான மையமும் சம்பவமும் காரண முமாயிற்று.

பெண்ணின் அண்மைக்காக வேட்கைகொள்ளும் தனிமை யான ஆண்மனதின் தீவிர வெம்மை தீரல்தான் இந்தப் பெண் மணத்தின் உறைவிடமாக இருக்க வேண்டும். இங்கே பஷீரின் படைப்புத் திறன் காரணமாகப் புனைவும் உண்மையும் வேறு படுத்திப் பார்க்கமுடியாததாகின்றன.

இனி இதே அம்சத்தை வேறொரு முறையிலும் பார்க்கலாம். ஏறத்தாழ 1942 ஆம் ஆண்டையொட்டி பஷீர் சிறையிலடைக்கப் படுகிறார். சிறைவாசத்தின் கசப்புகளிருந்து கால் நூற்றாண்டு தூரத்தைக் கடந்த, எல்லாருக்கும் அறிமுகமான ஒரு முதிர்ந்த எழுத்தாளராக இன்று நம்மிடம் கதைசொல்கிறார். அந்தக் காலத்தின் சோகமதுரமான ஒரு காதலனுபவத்தை மனதில் கடைந்து பதற்றமாக, கதையாக, என்றோ மறந்துபோய் இப்போது திரும்ப அழைக்கையில் அந்த அனுபவம் நினைவின் வெளிச்சம் விழாத சிமிழில் எங்கோ மறைந்திருந்து, விரும்பியும் கிடைக்காத பெண்ணின் மணமாக ரசாயன மாற்றம் பெற்று ஒரு ஜுரக் கனவுபோல இங்கே மறுபிறவியெடுத்ததா?

அதுவுமில்லையென்றால், ஆணும் பெண்ணும் ஆதி மனிதர் களைப் போல நாகரிகத்தின் மரியாதைக் கவசங்களை நொறுக்கி எறிந்து மனதின் நிர்வாணத்தில் இயற்கையான வாழ்க்கை முறைகளில் பிற ஜீவராசிகளைப் போல சுதந்திரமாக ஈடுபட்டு இயல்பான மணங்களிலும் முனகல்களிலும் கலந்து ஒருவரை யொருவர் தெரிந்துகொண்டு ஆடவும் கூடவும் செய்த முழுமை யான நடவடிக்கையின் ரகசியக் அடையாளங்கள்தானே இதில் நிறையவும்? பெண்ணின் மணத்தை நமக்கு அனுபவ மாக்க பஷீருக்குச் சுருக்கமான சொற்கள் போதுமாக இருந்தன. அதே உணர்ச்சியை, அதே அனுபவத்தைப் பார்வையாள னுக்கு வழங்க ஒரு சினிமாப் படைப்பாளன் முன்னும் பின்னும் பக்கவாட்டையும் வேர்களையும் தேடவேண்டியதாகிறது. இந்தத் தேடல் ஆத்மார்த்தமானதாக இருக்குமானால் சிலசமயம் புதிய கண்டுபிடிப்புகளுக்கு வழியமைக்காமல் போகாது. அதுவுமில்லையென்றால் வெவ்வேறு தள ரசானுபவங்களை நோக்கிப் பார்வையாளனை இட்டுச் சென்றாலும் போதும்.

வார்த்தையின் வலிமையையும் திறமையையும் நாம் முழுமையாக அறிகிறோம். தேடல்கள் நம்மைக் கொண்டு போய்ச் சேர்ப்பது இணையான அனுபவங்களின் இடமாக

இருக்கலாம். எனினும் அவை சமானமாக இருப்பது அசாத்தியம். காரணம், ஓர் எல்லைவரை ஊடக அடிப்படையிலான வேறு பாடுகள் இங்கே தடையாகின்றன. இதை நாம் கட்டாயம் தெரிந்துவைத்திருக்க வேண்டும்.

பிரபல பிரெஞ்சு நாவலாசிரியரும் திரைப்படக் கலை ஞருமான ரோப் க்ரியே அடைமொழிகளை முழுமையாக விலக்கிவிட்டு, காமிராக் கோணத்தில் அகப்படும் பொருள் களைப் போல, மேற்பூச்சு இல்லாத விவரணை மூலம் கணக் கெடுப்பின் துல்லியத்துடன் வெளியிட்ட 'எதிர் நாவல்கள்' உண்மையில் என்ன விளைவை ஏற்படுத்தின? அலங்காரப் பிரயோகங்களில் மறைந்து மின்னும் வசீகரத்தையும் அடை மொழிகளில் மலர்ந்து விரிய வேண்டிய அற்புதங்களையும் தேடிய வாசக மனம் பெரும் தொந்தரவுக்குள்ளாயிற்று. இலக்கி யத்திலிருந்து சினிமாவுக்குள்ள தொலைவைக் குறைப்பதற்குப் பதிலாக இந்தப் புதிய அணுகுமுறை மீண்டும் எழுத்தாளனின் படைப்பாக்கப் பரப்பையே விரிவுபடுத்தியது.

இலக்கியவாதியின் 'கும்மிருட்டு' வாசித்து அனுபவிப்பதற் கானது; அனுபவித்துத் தெரிந்துகொள்வதற்கானது. திரைப் படத்தில் 'கும்மிருட்டுக்கு'த் துல்லியமான காட்சிவடிவம் தர வேண்டியிருக்கிறது. அதற்குக் கட்டாயமாகக் கொஞ்சம் வெளிச்சம் இருந்தே ஆகவேண்டும். வெளிச்சத்தைச் சாட்சியாக நிறுத்தாமல் இருட்டுடன் எந்த விவகாரமும் இங்கே சினிமாவில் நடவாது. இருட்டு உருவாக்கும் இயல்பான அமைதியை நோக்கி யல்ல, அது உருவாக்கும் அனுபவத்தின் தீவிரத்தை நோக்கியே திரைப்படம் அடியெடுத்து வைக்க வேண்டும்.

'அவர் ஒரு நல்ல மனிதர்' என்று எழுத்தாளன் ஒரு கதா பாத்திரத்தை அறிமுகப்படுத்திவிட்டு அடுத்த நடவடிக்கைக்குப் போய்விடலாம். இந்தக் கதாபாத்திரத்தை ஒரு நல்ல மனிதனாக ஆக்குவதற்கு திரைப்படக்காரன் மண்டை உடைய வேலை செய்யவேண்டும். அதற்கான திறமையோ ஈடுபாடோ இல்லாத சினிமாக்காரன் சுலபமான வழியாக நான்கைந்து கதாபாத்திரங் களைவிட்டு தொடர்ந்து சொல்லவைப்பான்... "அவர் நல்லவர்." வழக்கம்போல வாய்நடிப்பை மட்டும் கவனிக்கிற பார்வை யாளனுக்கு அது போதுமானதாக இருக்கிறது என்பது வேறொரு நிஜம்.

இவையெல்லாம் ஊடகங்களின் பிரத்தியேகக் குணங்கள் முன்வைக்கும் பிரச்சனைகள். தன்னைத்தானே கதையாடலின் மையத்தில் நிறுத்திக்கொண்டு 'நான்' என்று தன்மைக்கூற்றாகக் கதைசொல்லும் எழுத்தாளனின் பாத்திரச் சித்தரிப்பும் சிக்கலானதுதான்.

'மதில்க'ளில் வரும் 'நான்' என்ற கதாபாத்திரம் எழுத்தாளனும் நாயகனுமான வைக்கம் முகம்மது பஷீர்தான். ஆனால் இதைத் தேடித் தெரிந்துகொள்வதற்கான பொறுப்போ சாவகாசமோ சினிமா ரசிகனுக்கு இல்லை. இந்த 'நான்' யாரென்று முடிந்த உபாயங்களைப் பயன்படுத்தி சினிமா பார்ப்பவனுக்குத் தெரிவிக்க வேண்டிய பொறுப்பும் திரைப்படக்காரனுடையது.

'மதில்க'ளின் வாசகன் முன்னால் தன்னுடைய இடத்தை நிறுவிக்கொண்ட எழுத்தாளன் உட்கார்ந்திருக்கிறார். போற்று தலுக்குரியவர் அவர். வைக்கம் முகம்மது பஷீர் 'நான்' என்று தொடங்குவதற்குள் வாசகர்கள் அவர்களாகவே சொல்லி விடுகிறார்கள் ... 'தெரியும் தெரியும் ... எங்களுடைய பிரியமான கதாசிரியர்.' சினிமா பார்க்க தியேட்டருக்குள் நுழைகிற பார்வையாளனோ முன் அறிமுகம் இல்லாத பஷீர் என்ற கதாபாத்திரத்தைப் பார்த்துத் தன்னைத்தானே கேட்டுக்கொள்கிறான், 'யார் இவர்?'

ஒரு சினிமாப் படைப்பாளனை விபத்துக்குள்ளாக்கக் கூடிய அனைத்தும் இங்கு முன்னரே தயாராக இருக்கின்றன. வாசகனின் பிரியத்துக்குரிய எழுத்தாளர், ஒரு கலாச்சார நிகழ்வாகவே மாறிவிட்ட பிரபலமான இலக்கியப் படைப்பு. வானம் தொட எழுந்து நிற்கும் கல் மதில்கள்; உள்ளுக்குள்ளே திறந்துதிறந்து போகும் இரும்புக் கதவுகள்; தரையில் நிழல் படரவிட்டு, அணிலுக்குப் புகலிடம் தந்து கிளைகளை நீட்டி நிற்கும் மரங்கள் கொண்ட ஒரு மத்திய சிறை படைப்பை வாசித்த ஒவ்வொருவருடைய மனதிலும் இருக்கிறது. வருடக் கணக்காகத் திருவனந்தபுரத்தில் வசித்து வருபவன். எனினும் ஒருமுறைகூட மத்தியச் சிறைச்சாலையைப் போய்ப் பார்க்க மெனக்கெட்டதில்லை. ஆனால் இந்தப் புத்தகத்தை ஆதாரமாக்கி சினிமா எடுக்கலாமென்று தீர்மானம் செய்ததும் முதலில் செய்த காரியம் மத்திய சிறையை வெளியில் நின்றாவது ஒரு முறை பார்த்ததுதான்.

பூஜைப்புரைக்குக் குன்றேறும் சாலையருகில் சாதாரண மதிலையொட்டிய கேட்டுக்கு மேலாக அரைவட்ட வடிவில் மரப்பலகையில் செதுக்கி வைத்திருக்கும் 'திருவனந்தபுரம் மத்திய சிறைச்சாலை' என்ற பெயர்ப்பலகையை அந்த வழியில் செல்லும் யாராவது கவனிப்பதாகத் தோன்றுவதில்லை. அப்புறமும் இப்புறமுமுள்ள மற்ற எந்த கேட்டையும் போலவே அதுவும் ஒன்று. கதவைத் தாண்டினால் ஒரு செம்மண் பாதை உள்ளே நீண்டுபோகிறது. அது முடியுமிடத்தில் ஒரு சிறிய கோவில். அதற்குப் பின்னால் வட்டவடிவில் கட்டிய சிறையின்

வெளிப்புற மதில். அது வானம் தொடுவதில்லை என்பது மட்டுமல்ல, செங்கல்லில் இருபதடி உயரத்துக்குக் கட்டியெழுப்பி காரை பூசி முன்பு எப்போதோ காவியடித்த சுவர். காவி இப்போது அடியில். அதற்கு மேல் கரும்பச்சைப் பாசி. எனக்கு ஏமாற்றமாக இருந்தது. இந்த மதிலை இப்படியே காட்டினால் பஷீரின் வாசகர்களுக்குத் திருப்தியாக இருக்குமா? ஒரு வாசகனான எனக்கே போதாது என்றுதான் தோன்றியது. காவியும் காரையும் கரும்பாசியும் சேர்ந்த பூஜைப்புரை மத்திய சிறையின் மதிலும் என் மனதில் உதித்த மதிலும் ஒன்றல்ல. அதுமட்டுமல்ல, இரண்டையும் ஒப்பிடக்கூட முடியாது. கல் மதிலின் கடினத்தை இந்தச் செங்கல் மதிலால் ஏற்படுத்த முடியாது என்பதும் நிச்சயம். போதாததற்கு ஒரே மதிலைச் சிறைக்கு உள்ளேயிருப்பனும் வெளியே இருப்பவனும் ஒரே மாதிரியாகப் பார்ப்பதில்லையே. யோசித்துப்பார்த்தால் சிறை யிலிருக்கும் எழுத்தாளனின் துயரமான இறந்த காலம் நினைவில் கனத்து எழுப்பிய மதில் இது.

அப்படியானால் வேறு வழியென்ன? ஒரு பெரிய கல் மதிலைக் கண்டுபிடிப்பது தான் அதிருஷ்டமென்றே சொல்ல வேண்டும். கன்னியாகுமாரிக்கு அருகிலுள்ள வட்டக்கோட்டை யையும் சுற்றுப்புறங்களையும் பரிசோதித்து திருப்தி வராமல் ஏறத்தாழ ஏமாற்றத்துடன் திரும்பி வந்ததற்கு மறுநாள் திருவனந்த புரத்திலேயே மேற்குக் கோட்டையின் சில பகுதிகள் சுவரெழுத் தோ சிதிலமோ இல்லாமல் கொடிகள் படர்ந்து மூடி, கட்டப் பட்ட காலத்தின் பாதுகாப்பிலேயே இருப்பதைக் கண்டுபிடித் தேன். பிறகு தாமதம் செய்யவில்லை. கல் மதிலுள்ள கோட்டை யின் மேற்புறத்தைக் காட்சிக்குள் கொண்டுவராமல், வானம் தொட அது உய்ர்ந்து போவது போன்ற தோற்றம் தரும்படி படப்பிடிப்புச் செய்தேன். திருவனந்தபுரம் மத்திய சிறையின் நிலவியலும் சுற்றுப் புறமும் தெரிந்தவர்கள் இந்தக் கல்சுவர் எங்கிருந்து வந்தது என்று வியப்படைந்திருக்கலாம். இந்த அளவில் அனுபவம் சார்ந்த உண்மையுணர்வை இந்தக் காட்சி களில் கொண்டுவர முடிந்தது என்பதே என் நம்பிக்கை.

மத்திய சிறையின் நேரடிக் காட்சியுடன் தொடர்புள்ள சில புகைப்பட நகல்களை எடுப்பதுதான் இங்கே நடைமுறை யிலுள்ள சினிமா வழக்கம் என்பதையும் நினைவுகூர வேண்டும். அதை மாற்றவிரும்பும் ஒருவன் கண்டது கண்டபடி கேட்டது கேட்டபடி என்ற வகையிலான யதார்த்த அணுகுமுறையைக் கைவிட்டு நடந்து நடந்து உருவான பாதையை விலக்கி கல்லிலும் முள்ளிலும் சிலசமயம் கண்ணாடிச் சில்லுகள் மீதும் சதுப்புக் குழிகள் மீதும் வெறும் கால்களுடன் நடக்கத் தயாராகிறான். இந்தச் செயலில் ஈடுபடுபவனை ஒரே சமயம் தீரன் என்றும்

முட்டாள் என்றும் அழைக்கலாம். காரணம், ஊடகத்தின் வழக்கங்களை மாற்றுவதன் மூலம் அவனுடைய புரவலர்களுக்கு அவன் அந்நியனாகிறான்.

இலக்கியத்திலோ? எழுத்தாளன் வாசகர்களுடன் வாழ்வனுபவங்களைப் பகிர்ந்துகொள்ளும் செயல்பாட்டில் – அந்த அனுபவங்கள் எந்தத் தரத்திலும் எந்தத் தளத்திலும் இருக்கட்டும் – அவனுடைய படைப்பு ரசமாற்றமடைவதோடு சொற்களும் வியப்புகளும் கரைந்து இல்லாமற்போய் உணர்வுகள் மட்டும் எஞ்சுகின்றன. சிறப்படையாளங்கள் மறந்து சிறப்பு மட்டும் துலங்குகிறது. விவரணைகள் உறைந்து பொருட்களும் நபர்களும் சம்பவங்களும் மோதல்களும் இணைதல்களும் – அதிகமேன், உலகங்களே உருவாகின்றன. சொல்லின் வாகனமேறி வாசகர்கள் சென்று சேராத இடமேயில்லை. அனுபவிக்காத சுகமில்லை, துக்கமில்லை, சந்தேகமில்லை, எதிர்பார்ப்பில்லை, பயமில்லை, நிராசையில்லை, நம்பிக்கையில்லை.

சொல்லாததைத் தெரிந்துகொள்ள சொன்னது மட்டுமே போதுமென்ற பெருமையும் சொல்லுக்கு உண்டு. படிமங்களை முன்வைக்காமலேயே கருத்துநிறைவேற்றத்துக்கு முன்னால் ஒரு வாழ்க்கைக் கடமையைப் பூர்த்திசெய்த புண்ணியத்தில் சொற்கள் வெளிப்படையானதாகின்றன. மறைந்து இல்லாமற் போகின்றன.

கதையும் கதாபாத்திரங்களும் வார்த்தைகளிருந்து விடுதலை பெற்றுத்தான் பிறப்பதும் துடிப்பதும் மரிப்பதும். இவையெல்லாம் நடைபெறுவது எழுத்தாளன் மூலகாரணமாக இருந்து வாசகனில் உருவாக்குகிற சம உணர்வு மனோநிலையில். எழுத்தும் எழுத்தாளனும் இல்லாமற்போகும் கட்டத்தில் வாசகன் அவனது அனுபவமண்டலத்தில் புதுப்புது யதார்த்தங்களை எதிர்கொள்ளுகிறான். மீண்டும் மீண்டும் அறிந்துகொள்கிறான், அனுபவிக்கிறான் ஜென்மங்களிருந்து ஜென்மங்களுக்கு மறுபிறவியெடுக்கிறான்.

வேறுவிதமாகச் சொல்வதென்றால் அனுபவநிறைவோடு எழுத்தாளனின் ஊடகம் இல்லாமற்போகிறது. அதன் கடமை இட்டுச் செல்வது; பிரதிபலிப்பதல்ல. இது இலக்கிய ஊடகத்துக்குரிய படைப்பியல் தனித்துவம்.

சினிமாவின் நிலையையும் விதியையும் இந்தப் பின்னணியிலேயே காண வேண்டும்.

இயற்கையிலிருப்பதை அதேபோல ஒற்றியெடுப்பதுதான் காமிராவின் கடமை என்ற எண்ணத்தை ஒளிப்பதிவு என்ற கலை கைவசமான நாட்களிலேயே நமக்குள் உறுதிப்படுத்திக்

கொண்டுவிட்டோம். மையக் கரு, கதையாடல், பாத்திரச் சித்தரிப்பு, உரையாடல், ஒலிப்பதிவு போன்ற அம்சங்களிலும் இந்த எண்ணத்தின் உப்பு கரைந்திருக்கிறது. விளவு, நேரடி யாகப் பார்ப்பதற்கும் நேரடியாகக் கேட்பதற்கும் அப்பாலுள்ள செயல்களை வெளிப்படுத்த நாடகத்தன்மையான உரையாடல் களை மட்டுமே மார்க்கமாகக் கண்டுவந்திருக்கிறோம். அது மட்டுமல்ல, நாடகம் முதலான கலைகளின் மேடையைவிட்டுக் கீழிறங்கிய எதையும் ஒப்புக்கொள்ளும் துணிவோ தன்னம்பிக் கையோ நம்முடைய 'ஜனரஞ்சக சினிமா' நடைமுறையாளர் களுக்கு மிஞ்சாமற்போயிற்று. சாமான்ய மக்கள் கண்டும் கேட்டும் பழகிய சினிமா திரையில் நிகழ்கிறது; அங்கேயே ஒடுங்குகிறது. விளக்கு ஒளிர்ந்தால் வேறு உலகம் என்பதுதான் இந்த சினிமாக்களின் வெற்றி ரகசியம். கலையனுபவத்தில் பங்காளியாகும் பார்வையாளனையோ அவனை அபூர்வ உணர்வுகளின் புதிய எல்லைகளுக்கு அழைத்துச் செல்லும் பெருந்தன்மையோடு தயாராக நிற்கும் திரைப்படக்காரனையோ அந்த இருட்டில் துளாவினால் தட்டுப்படுவார்கள் என்று கருத வேண்டாம். அழகியல் அனுபவத்தின் ஜீவ ஊற்றின் முன்னால் அல்ல நீங்கள் அமர்ந்திருப்பது என்பதை நினைவில் வைத்துக்கொள்ளுங்கள். பார்வையாளனை ஒரு கூட்டாளி யாக்க மறுக்கிற ஒரு வெளிப்பாட்டு மரபு அனுமதிக்கும் ஜீவனில்லாத இரண்டாந்தரமான அனுபவ ஆபாசங்கள்தாம் அங்கே திரையில் மேளதாளங்களுடன் மின்னி மறைகின்றன. வெறும் பார்வையாளனாக நீங்கள் உட்கார்ந்துகொண்டால் போதும். பாக்கியெல்லாம் முறைப்படி திரையில் செய்து கொடுக்கப்படும்.

உயர்வான இலக்கியப் படைப்பு வாசகனுக்குள் நுழைந்து அவனுடன் விவாதித்து வாழத் தொடங்குகிறது; இதே படைப் பனுபவம் ஓர் உயர்ந்த சினிமா தொடர்பாகவும் நிகழ வேண்டும். ஆழமாக இறங்கும் உண்மையான அவதானிப்பின் தீவிரமும் புதியதும் தீரமுமான தேடல்கள் தரும் உற்சாகமும் சேர்ந்து பார்வையாளனைப் புதிய புதிய கண்டுபிடிப்புகளின் சுவையில் பங்காளியாக்க வேண்டும். இது சாத்தியமானால் திரையில் படரும் நிழல்கள் உடல்பெற்ற உயிர்களாக ரசிப்பவனின் மனதுக் குள் நுழைந்து பொருள்நிறைந்த விவாதத்துக்கு அவனைத் தகுதிப்படுத்த வேண்டும். இதற்குத் தேவையான துணிவும் திறமையுமுள்ள ஆயத்தங்களால் மட்டுமே புதையுண்டு நிற்கும் சராசரித்தனத்தின் சதுப்புச் சேற்றிலிருந்து சினிமாவைத் தூக்கி யெடுத்துப் படைப்பாற்றலின் உச்சங்களுக்குக் கொண்டுசெல்ல முடியும். நிச்சயம்.

❖